አትሄጂም

እና

ሌሎች

አጫጭር ትረካዎች

እመቤት መንግስቴ

፳፻፱ አም

ይህንን መፅሀፍ ለመግዛት ወይም አስተያየት ለመስጠት፣ የሚከተለውን አድራሻ ይጠቀሙ።

Emebet1974@gmail.com

ማውጫ

ታሰቢያ

የዚህ መፅሀፍ መታሰቢያነቱ ህይወትን በመልካም አቅጣጫ እንድራመድ ለመሩኝ ወዳጆቼና ዘመዶቼ ነው።

የመጀመሪያዋቹ አባቴ አቶ መንግስቴ እጅጉ እና እናቴ ወ/ሮ ስመኝ ደበሱ፣ "ይቻላል" ብሎ ማሰብን ስላስተማሩኝ፣ ወንድሜ ስለሺ መንግስቴ ዛሬ ያለሁበት ቦታ እንድደርስ መንገዱን ስለጠረገልኝ እና አሰልጣኜ ማስተር አለማየሁ ወልደየስ ይቻላል ብየ ያላሰብኩትን ትልቅ ባህር ስላሻገረኝ፣ ለዚህም፣ በህይወት ዘመኔ ሁሉ ላስታውሳቸው ስለምሻ፣ ስማቸው በዚች ትንሽ ወረቀት ላይ እንዲሰፍር መረጥኩ።

እመቤት መንግስቴ

ምስጋና

የምስጋናዬ መጀመሪያ እና መጨረሻ ለቸሩ ፈጣሪዬ ሲሆን፣ መልካም እንዳስብና እንዳደርግ ሁልጊዜ በፍቅር እና በትህትና እንድራመድ ስለረዳኸኝ “ክብርህ ይስፋ” እላለሁ።

አቶ ዘገዬ ተሰማ ወልደማርያም ምንም ሳይታክት ድርሰቶቼን አንብቦ ስለለገሰኝ ቸር ሀሳብ፣ አቶ መሳይ ጫኔ በመንገዴ ሁሉ ስለተባበረኝ። አቶ ዴሊፕ ሸዝ፣ አቶ ሰለሞን አስፋው እና አቶ ወሰን (የፎቶ ወሰን ባለቤት) የመፀሀፉ ሽፋን ውበት እንዲጎናፀፍ ስለረዱኝ፣ ሕይወት ታመነ፣ ሚስጥረ አደራ፣ አክሊሉ ታምር ደስታ፣ ሳሙኤል ተስፋየ እና ሀይሉ ይርጋሸዋ ፅሁፌን አንብበው እርማት ስላደረጉልኝ ከልብ የመነጨ ምስጋናዬን አቀርብላቸዋለሁ።

አቶ ኣምሃ ኣስፋው፣ ለሚያስተምረኝ ትምህርት ብቻ ሳይሆን፣ ለአማርኛ ያለኝ ፍቅር እንዲሰፋ የተሻለ እንድፅፍና እንዳነብ ከማድረጉም በላይ ድርሰቶቼን አንብቦ ለሰጠኝ ምክር ምስጋናዬ ከልብ ነው።

እመቤት መንግስቴ

“ይህንን መፅሀፍ ለምን ፃፍሽው?” ተብዬ ተጠይቄ ነበር። መፅሀፉ የተለያዩ አጫጭር ታሪኮችን ቢይዝም፣ አላማው በልበ-ወለድ ትረካ አሳብቤ ወገኖቼን ማስተማር እና የተለያዩ የአለም ገጠመኞቼን በማውጋት አንባቢዎቼን እያዝናናሁ አእምሯቸውን መጎንተል ነው። ተነጋግረን ልንፈታቸው ወይም በጊዜ ልናስወግዳቸው የምንችላቸውን ብዙ ችግሮች በዝምታ አፍነን ስናባብሳቸው ስላየሁ፣ ምናልባት ይህንን መጥፎ ባህል ለመለወጥ ይረዱ ይሆናል በሚል ተስፋ ነው ተረቶቼን ለማሳተም የመረጥኩት።

ይህንን ስል፣ እኔ የተሻለ አውቃለሁ ወይም የማስተማር ችሎታ አለኝ ብየ ሳይሆን፣ እኛ ተሞክሯችንን ብንወያይና ብናዋይ፣ መጭው ትውልድ የኛን ስህተት ደግሞ እንዳይሰራ ይማርበት ይሆናል ከሚል እምነት ተነስቼ ነው።

ሁለተኛው ሀሳብ ደግሞ፣ ከአያቶቻችን የወረስነው ችግርን ብቻ አይደለም። ለረጅም ዘመን ሞክረውና አጣርተው የተውልን መፍትሄዎችም አሉ። ባህላችን እነዚህ መፍትሄዎች የተፃፉበት ህያው ሰሌዳ ነውና ዞር ብለን እንመልከተው፣ አባት እናቶቻችን ለዘመናት እንደተገለገሉበት ሁሉ እኛም እንጠቀምበት፣ እናክብረው፣ ይዘነውም ወደፊት እንራመድ፤ ለማለት ነው።

እመቤት መንግሰቴ

ሙሽሪት

ከእንቅልፏ እንደተቀሰቀሰች ሁሉ በሀሳብ ከሄደችበት አለም ብንን ብላ፤ "አይተውኝ ይሆን" በሚል ስጋት ግራና ቀኟን ተመለከተች። ማንም ወደሷ እንደማያይ አስተውላ "ወይኔ ጉዴ አሁንስ ሞኝ የሆንኩ መሰለኝ" አለች ሰብለ፤ አይኗን ስትጨፍን ልቧ ይዟት የሚሄድበትን ቦታ በደስታ እያሰበች። አከታትላም፤ "በጣም ሞኝ እየሆንኩ ነው፤ ይገርማል!" ብላ እራሷን ታዘበች። እንዲያም ሆኖ ግን ከጥቂት ደቂቃዎች ቆይታ በኋላ አይንዋን ጨፈነችና ወደዛ ወደምትወደው አለም በሀሳብ ነጎደች።

የሰብለወንጌል እናትና አባት ቤት ትልቅ ድንኳን ተጥሏል። ከበሮውም ድም! ድም! ሲል ከሩቅ ይሰማል። የድግሱ ግር ግር፣ የጎረቤቱ ጋጋታ፤ የጠላው የጠጁ እና የወጡ ሽታ በአንድ ላይ ተቀላቅሎ አወዳት። "ሙሽሪት መጣሽ" ስትባል ሰማች ። "አቤት ሙሽሪት እንዴት ደስ የሚል ስም ነው" ብላ አሰበች። ወደ ቤት ውስጥ ስታመራ ጓደኞችዋ ተሰብስበው፤

"እቴ ሙሽሪት አይበልሽ ከፋ፤ አይበልሽ ከፋ፤

ሁሉም ይዳራል በየወረፋ፤ በየወረፋ"

እያሉ ሲዘፍኑ ሰማች። "እንዴት የሚገርም ግጥም ነው፤ እንዴት ሙሽሪት ትከፋለች ብለው አሰቡ?" አለች፤ የሚሰማትን ወደር የሌለው ደስታ እያሰበች። "ስንት ዘመን ጠብቄ፤ በሀሳብ፤ በአመለካከት፤ በእምነትና በአነጋገር እኔን የመሰለ ሰው አግኝቼ፤ ህይወቴን ከህይወቱ አንድ አድርጌ፤ አዲስና መልካም ነገር ልጀምር ስዘጋጅ፤ 'አይበልሽ ከፋ' ብሎ ነገር ምንድን ነው? 'እንኳን ደስ አለሽ' የሚል ዘፈን መፈለግ

አለባቸው።" ብላ ሀሳቧን በሀሳብ ገመገመችና ፊትዋ በደስታ አበራ።

የስራ ባልደረባዋ በአጠገብዋ ስታልፍ ቀሰቀሰቻት መሰለኝ፣ ሰብለ ከሄደችበት ውብ አለም ተመለሰችና "ምን ነክቶኝ ነው ግን እንዲህ የምሆነው?!" ብላ እራሷን በራሷ ታዘበች። "ሰው እንደዚህ በሀሳብ ይዘምታል እንዴ? አቤት እነሱ እዚህ ቁጭ ብለው እኔ የት አለም ደርሼ እንደምመጣ ቢያውቁ እንዴት ይታዘቡኝ ነበር!" አለች፤ አሁንም ከግራ ወደቀኝ ገልመጥ ብላ አይታ። ሆኖም ቢታዘቧትም ግድ እንደማይሰጣት እራሷን አሳምና፣ የሀሳብን ወንዝ ተሻግራ ወደነበረችበት የሀሳብ አለም ተመለሰች።

እራሷን፣ መኝታ ቤት ውስጥ፣ ከትልቁ መስታወት ፊት ቆማ አገኘችው። የሚያምር የሙሽራ ልብስ ለብሳለች። "በስማም እንዴት አምራለሁ! መቼም ከተፈጠርኩ እንዲህ አምሬ አላውቅም!" አለች፤ በአድናቆት። "መሞሸር እንዲህ እንደሚያስውብ ባውቅ ኖሮ፣ ድሮ ገና ሞሽሩኝ ብዬ እለምን ነበረ።" አለች በራሷ ላይ እያፌዘች። መስታወቱ ውስጥ የምታያትን ሴት ፈገግታ፣ የሙሽራ ልብሷን ውበት፣ ጓደኞቿና ሚዜዎቿ ተረባርበው የፈሸኑትን ፀጉር፣ የኳሿትን ኩል አንድም ሳይቀር አደነቀች። መኝታ ቤት ውስጥ የነበረው ትርምስ ግን እሷን አልነካትም። "እሱን አቀብይኝ፤ ይሄኛው ብዙ አያምርም፣ ያኛው ይሁን፣ ምናለ እሱን ባትነካኩት..." የሚለው የጓደኞችዋ ጫጫታ እና እስካናቱ የተለቀቀው ሙዚቃ ጩኸት ያካባቢውን ሰው ቢያደነቁርም፣ እሷ ግን የሀሳብ ደስታ ጆሮዋን አደንዝዞት ሳይሆን አይቀርም አንዳችም ድምፅ አይሰማትም ነበር።

ድንገት ፤ "እስቲ መንገዱን ልቀቁልኝ፣ ልያት!" ሲሉ የእናቷን ድምፅ ሰምታ ወደ እሳቸው ፊቷን መለሰች። ከደስታና ከኩራት ጋር እሳቸው ወደ አንገቷ ሲሄዱ እሷ ወደ ጉልበታቸው ስታዘግም መሀል ላይ ተገናኝተው በደስታ እንባ ታጠቡ። አንገት ለአንገት ተያይዘው ሊላቀቁ ስላልቻሉ አንደኛ

ሚዜዋ ወዲያውም ታናሽ እህትዋ "እማየ ደሞ አበዛሽው። አሁን ዛሬ የሚለቀስበት ቀን ነው? ይልቅስ ልብሷንና ኩሏን አታበላሽባት።" ብላ አላቀቀቻቸው። ሁሉም ወደ ፈገግታው፣ ሁሉም ወደ ግርግሩ ተመለሱ። የቤተዘመድ ግርግር እና የሰርግ ዘፈኑ ጩኸት ቤት ውስጥ ያለውን ሰው እንዳይሰማማ አድርጎታል። "ምን አልሽኝ?" የሚለው ሰው ቁጥር በጣም ብዙ ነው። ዘፈኑን ግማሹ እቤት ውስጥ ሌላው ድንኳን ውስጥ ያቀልጠዋል። ያ አልበቃ ያለ ይመስል ቴፕም ተከፍቷል ሁሉንም ግርግር በመስኮት አሻግራ ተመለከተችና ለደስታዋ ወደር ስላጣችለት ወደ መስታወቷ ተመልሳ ውበትዋን ማድነቅ ጀመረች።

"ታድሎ ይችን የመሰለች ውብ ነገር ይዞ ወደ ቤቱ ሊገባ ነው?!" ብላ ፈገግ አለች። "የለም፣ የታደልኩስ እኔ ነኝ።" አለች። ለብቻቸው ሲሆኑ፣ ከንፈሮቹን ወደ ጆሮዎቿ አስጠግቶ "የኔ ፍቅር፣ ይሄ ህይወት የሚሉት ነገር ያላንቺ ትርጉም አይሰጥም፣ ብዙ አታስጠብቂኝ።" የሚለው አነጋገሩ አሁን በጆሮዋ ሹክ እንዳላት ሁሉ፣ ድምፁ እየነዘረ በሰውነትዋ ውስጥ ሲያልፍ ተሰማትና፣ "እንደኔ የታደለ ሰው እዚህ ምድር ላይ የለም።" በሚል የደስታ ስሜት ተዋጠች።

ከፍቅረኛዋ ጋር ስላሳለፈችው በርካታ ቀኖች ማሰብ ጀመረች። ብቻቸውን ቁጭ ያሉበትን ቦታ፣ ያወሩትን ወሬ ፣ እጅ ለጅ ተያይዘው የተራመዱበትን መንገድ፣ አብረው የሳቁትን ሳቅ... ሁሉ አስታውሳ፣ "ህይወትን በዚህ መልክ ሳያየው የሚያልፍ ሰው ምንኛ የተኮነነ ነው። እኔን እኮ መውደድ ብቻ ሳይሆን፣ ፍቅሩን መናገርና ማሳየት የማይፈራ፣ ፍቅር ፀጋ መሆኑን የሚያውቅ ሰው ነው አምላክ የሰጠኝ፣ ከዚህ የበለጠ መታደል ከየት ይመጣል።" አለችና ሀሳቧንና ፊትዋን ወደ መስታወቷ መለሰች።

ከላይ እስከታች እራሷን ስትመለከት አንድ ነገር ጎድሏል። "አንቺ መሰረት!" አለች ታናሽ እህትዋን፣ "ጫማ እኮ ገና አላደረኩም። ያንቺ አንደኛ ሚዜነት ምን ላይ ነው?" አለች

እየሳቀች። "እኔ ተዘጋጅቼ ሳልጨርስ ሙሽራው ቢመጣ ምን ትጠቀሚያለሽ?" የሚል እሮሮ አሰማች። ድንገት ተስተካክላ ሳትጨርስ ሙሽራው መጥቶ፣ ከሱ ጋር ህይወተን የምትጀምርበት ጊዜ በአንድ ደቂቃ እንኳን እንዳይዘገይ በማሰብ።

ያጋጣሚ ነገር ሆኖ ከስራ መውጫ ሰአት ደርሶ ኖሮ፣ "ዛሬ ደሞ እዚሁ ልታድሪ ሀሳብ አለሽ?" የሚለው የጓደኛዋ የአዜብ ድምፅ ከቀን ህልሟ ቀሰቀሳት።

"ውይ! ሰአት ደረሰ እንዴ?!" አለች ሰብለ በመገረም፣ በቀን ህልም ተወጥራ፣ በፍቅር ባቡር እየተሳፈረች ያን ህሊናዋ የፈጠረውን የፍቅር ከተማ ስትቦርቅበት የዋለችው ስራ ፈትታ እንደሆነ ሲታሰባት፣ አፍራ።

"አዎ፣ እኛ ስራ ላይ የነበርነው ሰዎች የመውጫችን ሰአት ደርሶ እቃችንን ጠቅልለናል፤ ያንቺን ግን አላውቅም።" አለች አዜብ፤ ሽሙጫ በተቀላቀለው ፈገግታ እያየቻት። "ለመሆኑ ምንድነው እንዲህ የምታስቢው? ዛሬ ቀኑን ሙሉ እኛጋ አልነበርሽም። ምንድነው ነገሩ? የተቸገርሽው ነገር አለ?" አለች አዜብ መልስ ከጓደኛዋ አይን ላይ እየፈለገች።

"ችግር? የምን ችግር? እኔ ባክሽ የሰርጌን ቀን እያሰብኩ ነው፣ ቀኑ ሳይታወቀኝ ያለቀው። ወሬ ስታጋንኚ ነው እንጂ፣ እርግጠኛ ነኝ ፊቴ ላይ የመቸገር ወይ የመጨነቅ ምልክት አላየሽም።" አለችና ምናልባት ሌሎች የስራ ባልደረቦቿ በቀን ህልሟ ውስጥ ስትዋኝ አይተዋት እንደሆን ተጠራጥራ፣ "እውነት የተጨነቅሁ እመስል ነበር?" አለቻት ጓደኛዋን፤ ፍርሀትና ድንጋጤ የተላበሰ ፊቷን እያሳየቻት።

"ለነገሩ አትመስይም። ፊትሽ ላይ የነበረው ፈገግታ የሚገርም ነበር። ወደ ቁም ነገሩ እንመለስና፣ የሰርጌን ቀን ነው ያልሽው?" አለች አዜብ ለወሬ ችኩል ብላ። ጥያቄዋ ወሬውን ለማረጋገጥ ያህል ነው እንጂ ሰብለ ያለችውን አስተካክላ ሰምታለች። ወዲያው ምንም አይነት መልስ ከሰብለ ሳታገኝ የጥያቄውን ጋጋታ ታወርደው ጀመር። "ልታገቢ ነው?

ማንን? እኔ ሳልሰማ! በጣም ነው የሚገርመው።" ለደረደረችው ጥያቄ ሁሉ መልስ ሳታገኝ አዜብ እልልታዋን አቀለጠችው። "ወይኔ ታድለሽ። ጎሽ!" አሁንም እልልታዋን አቀለጠችው፤ እንደገና።

የጥያቄው ብዛትና የእልልታው ጋጋታ ያስደነገጣት ሰብለ፣ "አንቺ ደግሞ ለሁሉ ነገር ትቸኩያለሽ። ገና እኮ ነው፤ በናትሽ እልልታሽን አቁሚ።" ስትል ተማፀነች። አዜብ ግን ማንን ፈርታ! አሁንም ጥያቄዋን አግተለተለችው። መልስ የሚሰጣት ስታጣ ደግሞ እልልታዋን ታቀልጠዋለች። መለስ ትልና "ግን ማነው? እንዴት እስከ አሁን ሳትነግሪኝ?" ትላለች። ደስታዋ ከውስጥ ፈንቅሎ ሲወጣ ደግሞ ሄዳ ጓደኛዋ አንገት ላይ ትጠመጠማለች። "መቼ ተወሰነ? መቼ ተዋወቃችሁ? ሚዜ ታደርጊኛለሽ አይደል? ወይኔ ታድለሽ! እኔ መቼም ሁል ቀን መልካም ነገር ነው የምመኝልሽ ይሄው ደረሰ።"

የአዜብ ከልክ ያለፈ ፍንድቅድቅ ማለት ያስገረማት ሰብለ፣ "ተረጋጊ የኔ እናት፤ ይሄ ሁሉ ገና ነው አለች። አዜብ፣ የያዘችውን ከረሜላ እንደነጥቋት ህፃን ልጅ አኩርፋ፤ "ምን ማለት ነው ገና ነው ማለት፤ ቁጭ ብለሽ በቀን ህልም ውስጥ ሰርግሽን እየደገስሽ፣ ፕላን እያወጣሽ ገና ነው ትይኛለሽ እንዴ። ልትናገሪ ካልፈለግሽ አልናገርም በይ፤ ግን የማይሆን ምክንያት አታምጭብኝ።" ብላ ተቆጣች።

"እንዴ፣ እንደሱ አይደለም አዜብዬ" አለች ሰብለ ፤ የጓደኛዋ ፊት በደስታ ከመፍለቅለቅ ወደ ኩርፊያው ሲለወጥ አይታ። "ከሁሉ ሰው በፊት ሁሉንም ነገር ለአንቺ እንደምነግር ታውቂያለሽ። አብረን እየዋለን ይሄንን ካንቺ የምደብቅ ይመስልሻል? ግን ትንሽ የተወሳሰበ ነገር አለው ስለዚህ ነው ለማንም ያልተናገርኩት።" ብላ ሰብለ ተናግራ ሳትጨርስ፣ አዜብ አሁንም ጥያቄዋን ደረደችው። "ለምን ተወሳሰበ? ባለ ስልጣን ነው? ሚስት አለው? ኖ! ገባኝ ውጭ አገር ነው የሚኖረው።" እያለች ለጥያቄዋ እራሷ መልስ መስጠት ጀመረች።

ሰብለ እየሳቀች፣ "አቤት አዜብዬ ችኮላሽ፤ ለሁሉም ነገር በጣም ትቸኩያለሽ፤ እስከ አሁን ለጠየቅሽኝ ጥያቄ፣ ለአንዱም መልስ እዮሰጥሽ እድል አልሰጠሽኝም። እራስሽ ጠይቀሽ እራስሽ መልሰሽው ታርፊያለለሽ። ለማንኛውም ከኔ መልስ ስትፈልጊ ንገሪኝ። ሁሉንም ነገር ሳልደብቅ እነግርሻለሁ።" አለቻት፤ የጓደኛዋ ደስታ ከልብ የመነጨ መሆኑን አይታ በመደሰት።

አዜብም በተራዋ እየሳቀች፣ "ምን ላድርግ፣ ከልክ ያለፈ ስለተደሰትኩ ነው እኮ የማጣድፍሽ። በይ እንግዴህ ጆሮ ብቻ ሆኜልሻለሁ፤ ንገሪኝ፣ ምንም ሚስጥር እንዳይቀርሽ፣ ንገሪኝ።" አለቻት። ሆኖም መጠበቅ አልቻለችም። አዳዲስ ጥያቄዎችን መደርደር ጀመረች። "የት ተዋወቃችሁ?" ብላ ስትጀምር የአዜብ ጥያቄ እዛ ላይ እደማያቆም የገባት ሰብለ ተንደርድራ ሄዳ አፏን በሁለት እጆቿ ግጥም አድርጋ ዘጋችው። "አሁን ጥያቄው በቃሽ፤ ንገሪኝ ብለሻል እነግርሻለሁ።" አለቻት።

"ባለ ስልጣን አይደለም ተራ ሰው ነው። ውጭ አገር አይደለም ያለው፤ የሚኖረው እዚሁ ከተማ ነው። እንደማውቀው ሚስት የለውም፣ እንዲያውም አግብቶ የሚያውቅ አይመስለኝም። ስሜትና ፍላጎትን ውብ አድርጎ መግለፅ የሚችል ፀሀፊ ነው። መፅሀፎቹን አንቺም አንብበሻቸዋል። ሌላ ጥያቄ አለሽ?" አለች ሰብለ እፎይታ የተቀላቀለው ሳቅ እየሳቀች። አዜብ ግን፣ "ፀሀፊ ነው።" ከሚለው በኋላ ያለውን ነገር እምብዛም አልሰማቸውም። የምታውቃቸውን ሁሉ ፀሀፊዎች በአእምሮዋ ትደረድራቸው ጀመር። "እሱ ሊሆን አይችልም ሽማግሌ ነው፤ ያኛው ደግሞ፣ አይ! እሱ ሊያገባ የሚፈልግ አይመስልም፤ ከአንድ ሴት ጋር መኖር አይሆንለትም፣ ይወዳላ! በጣም ሴት ይወዳል። ያኛው ደግሞ አግብቷል፣ እሷ ደግሞ አላገባም ብላኛለች።" ሌሎችንም እነደዚሁ አውጥታ አውርዳ ማግኘት ስላልቻለች፣ "እኔ በፍፁም ላውቀው አልቻልኩም፣ እባክሽ ስሙን ንገሪኝ።" ብላ ጠየቀች። "ስሙ ጥላሁን ነው።" ብላ

መለሰችላት፣ ሰብለ። ከእዚህ ሁሉ ድካም ስሙን አስቀድማ ብትጠይቅ ኖሮ ትነግራት እንደነበር የአዜብ ችኩልነት እያሳቃት ነገረቻት።

ከጥቂት ደቂቃዎች በኋላ አዜብ ከእንቅልፍ እንደባነነ ሰው፣ "እኔ አላምንም! እኔ አላምንም!" ማለት ጀመረች። እሱን ነው የምታገቢው? ውይ ታድለሽ እንደ እሱ ሰውዬ መፅሀፍ፣ ፍቅር የሚያስይዝ ነገር የለም። በጣም የሚደነቅ ችሎታ ነው ያለው። የሚጠቀምባቸው ቃላት በሙሉ የሰውን ውስጥ በደንብ ቦርብረው መግባት ይችላሉ። እንደኔ ያለውን ፍቅር የማያውቅ ሰው እንኳን፤ 'ምነው ፍቅር በያዘኝና እንዲህ ብዬ በነገርኩት' ያስብላሉ። የመጀመሪያው መፅሀፍ ላይ ትዝ ይልሻል? የሳለው ገጸ ባህርይ፣ ትዝ ይልሻል! ለወደዳት ልጅ ፍቅሩን ሲገልፅ፣ 'ከንፈሮቹን ወደ ጆሮዋ አስጠግቶ፣ የኔ ፍቅር እወድሻለሁ፣ ይሄ ህይወት የሚሉት ነገር አንቺ ከሌለሽበት ትርጉም አይሰጥም። እንጋባ አንቺ ሳትኖሪ የሚያልፉ ደቂቃወች አየር እንዳጠረው በሽተኛ ነፍሴን ለሲቃ ይጋብዛታል። ሳላይሽ የኔ ሳላደርግሽ መዋልና ማደር በፍፁም አልፈልግም።' ያለው፣ አነጋገሩን ይዘን ስንት ወር ፍቅር እንደተመኘን፣ ትዝ ይልሻል! ያኛውስ፣ 'እኔ እኮ የሚያስደስተኝ ፈገግታሽን ማየት ነው። ፊትሽ ፈካ ሲል ሳልበላ እጠግባለሁ፣ ረሀቤም፣ ምግቤም አንቺው ነሺና። ፀሀይ ሳይወጣ አንቺን ማየቱ ብቻ ያሞቀኛል፤ ፈገግታሽ ለታመመው ልቤ መድሀኒት ነው፤ በሽታየም ሀኪሜም አንችው ነሽና!' ያላትስ፣ ትዝ ይልሻል። በስማም!" ብላ ሌላ ልትቀጥል ሰትጀምር። "የኔ እናት" አለች ሰብለ፤ "መፅሀፎቹን እኔም አንብቤአቸዋለሁ፤ ድገሚልኝ ያለሽ የለም፤ እኔን ከምንም በላይ የሚያስደስተኝ ፅሁፉ ግን ለጓደኛው ሊያገባት ስለሚፈልጋት ልጅ ሲያወራ 'እኔ የማገባትን ልጅ በአደባባይ እጅዋን ይዤ መሄድ ካልቻልኩ፣ አሊያም ምንም ሳታስበው እቅፍ አድርጌ ካልሳምኳት ወይም ምንም ሳልፈራ እና ምን ትለኝ ይሆን ሳልል፣ እመቤቴ ነሽ ለፍቅርሽ እገዛለሁ፤ ልላት ካልቻልኩ የኔ አቻ አይደለችም።' ያለው ነው።"

“ወይኔ ታድለሽ! ሰብልዬ! አሁን እኮ ይሄን ሁሉ ነገር አንቺን ሊልሽ ነው። ይሄንን የሰዉን ውስጣዊ ስሜት በፍቅር የሚጥልበትን ቃላት ላንቺ ጠዋትና ማታ ሊያሰማሽ እኮ ነው።” አለችና፣ የአዜብ አይኖች የደስታ እንባ አዘሉ። እነዚያ የታዘሉ እንባዎች በጉንጮችዋ ላይ ሲፈሱና እርሷም ፊቷን ማደራረቅ ስትጀምር፣ አንድ ነገር ትዝ አላት። ሰብለ “ነገሩ ትንሽ ውስብስብ ነው” ያለቸው። አዜብ ለብቻዋ ማሰብ ጀመረች። “ሚስት የለውም፤ እስከምታውቀው ድረስ ደግሞ መጥፎ ሰው አይደለም። ምንም ቢሆን፣ ያንን የመሰለ ፍቅር መፃፍ የሚችል ሰው ክፉ ሊሆን አይችልም። ታዲያ ችግሩ ምን ይሆን? ምናልባት፣” አለች፣ ያላሰበችው ንዴት ውስጥዋን ሲወጋት እየተሰማት፣ “ምናልበት ቤተሰቦቹ ሰብለን አልፈለጓት ይሆን? ምናልባት ይሄ አዲስ የመጣው ዘረኝነትና መከፋፈል ይሆን የፍቅር ጠላት ሆኖ ነገሮችን የሚያወሳስበው?

ይህችን የመሰለች ልጅ ምን እንከን ሊያወጡላት ይችላሉ? አይችሉም! አርፈው ቢወዷት ይሻላቸዋል፤ ተራራ ቢቧጥጡ የማያገኟት ወርቅ ናትና።” አለች ጓደኛዋን በኩራት እየተመለከተች። “ምናልባት የገንዘብ ችግር ሊኖርበት ይችላል” ብላ አሰበች “ሰርግ መደገሻ አይኖረው ይሆን? አረ እናቴ እሱ ያልኖረው ማን ሊኖረው ነው። መፅሀፉ በደንብ ይሸጣል እንዲያውም ሙልቅቅ አርጎ የሚያኖራቸው ገንዘብ ይኖረዋል።” የጥያቄዎቿ መልሶች ሁሉ አዜብን አላረካት አለ። ፊቷን ወደምትወዳት ጓደኛዋ መለስ አድርጋ፣ “ታዲያ ችግሩ ምንድነው? ምኑጋ ነው ነገሩ የተወሳሰበው?” ብላ ጠየቀች።

ሰብለ ሀዘን የተቀላቀለበት ደስታ ፊቷ ላይ እያሳየች፣ “ገና አልተዋወቅሁትም።” ብላ መለሰችላት።

፻ ተስፋዬ ቆሼ

ገና ጎህ ሳይቀድ ሰፈሩ በለቅሶ ተተረማመሰ። "አፈር ልሁን! አፈር ልሁን! እኔ አፈር ልብላልህ! አይ ልጄን! አይ ልጄን!" የሚል አንድ ከሩቅ የመጣ፣ ግን ልብን ሰርስሮ የሚገባ አሳዛኝ ድምፅ ሰምታ፣ እማዬ ከመኝታዋ ተነሳችና ልብሰዋን በፍነጥነት ለባብሳ ከቤት ወጣች። ሌሎችም የሰፈር ሰዎች እንደ እማዬ ጩኸቱን እየሰሙ ከየቤታቸው ወጡ። የጩኸቱ መጠን ከደቂቃ ወደ ደቂቃ እየጨመረ ሲሄድ ይሰማል።

እማዬ ደንግጣ ተነሰታ ከቤት ልትወጣ በር ላይ ከደረሰች በኋላ መለስ ብላ፣ "እኔ እስክመለስ ይችን በር ትከፍቱና የሚጠብቃችሁን ታውቃላችሁ!" ብትለንም፣ በውስጣችን የነበረው የማወቅ ጉጉት አላስችል ብሎ ስላስጨነቀን ቀሰ ብለን በሩን ከፈትን።

የሰፈሩ ሰው ሁሉ የሚያመራው ወደ አንድ አቅጣጫ ነው፣ የለቅሶው ድምፅ ወደሚመጣበት። ሁሉም ሰው ተደናግጧል። ቶሎ ቶሎ እየተራመዱ እርስ በርሳቸው ይነጋገራሉ። "ምን ተፈጠረ?" የሚል ጥያቄ ፊታቸው ላይ ይነበባል።

"ነይ እንሂድ።" አለችኝ ታላቅ እህቴ፣ ፍሬህይወት። "እማዬ ካየችን ትገለናለች።" ብየ መለስኩ። "እማዬ የለችም፣ መንገድ ላይ ምን እንደተፈጠረ እና ተሰብሰበው እማን ቤት እንደሚሄዱ አይተን እንመለሳለን።" አለችኝ። ታላቅ እህቴን ሰምቼ ብቻ ሳይሆን ራሴም የማወቅ ጉጉት

አስጨንቆኝ ስለነበር፣ ተከትየ ወጣሁ። እሷ ከፊት እኔ ከኋላ ሆነን መንገድ ጀመርን።

ሁለት እርምጃ ሳንራመድ እማማ መንበረን፣ የሰፈር ሰው "የሰላም እናት" ብሎ የሚጠራቸውን አገኘናቸው። እማማ መንበረ ልብሳቸውን እንኳን በደንብ አለበሱም። ሻሻቸው ተጣሟል ነጠላቸውን እየጎተቱ፣ "አፈር ልሁን ልጄ፣ እኔ አፈር ልብላልህ!" እያሉ ሰው ሁሉ ወደሚሄድበት ይሮጣሉ። ትንሽ ተከተልናቸውና ዞር ብለው ሲያዩን፣ "እማማ መንበረ! ማነው አፈር የበላው?" ብላ ጠየቀቻቸው፣ ፍሬህይወት።

"ምን ያረግልሻል! በይ ቶሎ አሁኑኑ ወደ ቤትሽ ተመለሽ ዋ! ለናትሽ እነግራ-ት-ና" አሉ በቁጣ አይን እያይዋት። "ይሄ የአዋቂ ጉዳይ ነው። ልጅ እዚህ ውስጥ አይገባም! አሁን በቶሎ ወደቤታችሁ ሂዱ!" ብለው ተቆጡ።

እማማ መንበረ ሌላ ነገር ሳይጨምሩ ከአጠገባቸው በሩጫ ጠፉን። እቤታችን በር ላይ ቆመን ሌሎችን የሰፈር ሰወች እያየን እማማ መንበረ ለእማዬ ከተናገሩ የሚጠብቀንን ቁንጥጫ ስናሰላሰል ለትንሽ ደቂቃ ሌላውን ነገር እረሳነው። ሆኖም የሚቀጥለው ሰው ሲደርስ አዲስ ጩኸት ይፈጠራል። እኛም ሚስጥሩን የማወቅ ፍላጎታችን እንደገና ያንሰራራል።

"ሌላው ቢቀር ለቅሶው ማን ቤት እንደሆነ ማወቅ አለብን።" አለች ፍሬህይወት። አብሬያት መሄድ ብፈልግም የእማዬን ቁንጥጫ ስለፈራሁ፣ "እኔ እልሄድም ከፈለግሽ አንቺ ሂጅ።" አልኳት። ልታባብለኝ ፈለገች፣ ምክንያቱም ሁለታችንም ስናጠፋ የእማዬን ቁንጥጫ ስለምጋራት ቅጣቱ ይቀንስላታል። እኔ ግን አሻፈረኝ አልኩ። ፍሬህይወት ለብቻዋ ወጥታ ሄደች። ሌላ ሰው ሳታናግር ዝም ብላ ከኋላ ከኋላ

ተከትላ ሰዎቹ የት እንደሚሄዱ አይታ እንደምትመጣ ነግራኝ ነበር የሄደችው። እኔም መመለሷን በጉጉት እጠብቅ ጀመር።

ፍሬህይወት ብዙም ሳትቆይ ተመለሰች በጣም አዝናለች። "የት ናቸው? ለቅሶው ማን ቤት ነው?" ብየ ጠየቅሁ።

"እኔ እንጃ!" አለች። አብሬአት ስላልሄድኩ ተናዳ መሆኑ ገባኝ። ግን ፍሬህይወት ስለማያስችላት ትንሽ ቆይታ ትነግረኛለች ብየ አሰብኩና ዝም አልኩ። ፍሬህይወት ግን ምንም አላለችም። ሌላ የእማዬ ጓደኛ አግኝተው ያባረሯት ስለመሰለኝ ለጥቂት ደቂቃወች ዝምታየን ቀጠልኩ። ፍሬህይወት ግን ተክዛ ቁጭ ስላለች፣ እኔ የማላውቀውን ነገር እንዳወቀች ገባኝ። "ምን አይተሽ መጣሽ? ማነው የሞተው? ለቅሶው ማን ቤት ነው?" እያልኩ መጨቅጨቅ ጀመርኩ። እሷ ግን፣ "ማን እንደሞተ አላውቅም፣ ግን የተሰበሰቡት ጋሼ ተስፋዬ በር ላይ ነው።" አለችኝ።

"ተስፈዬ ቆሼ!" አልኩኝ ደንግጬ። ሁል ጊዜ ያደፈ ልብስ ስለሚለብስና እኛ ቆሻሻ የሚመስሉንን ወረቀቶች ስለሚሰበስብ ያወጣንለት ስም ነው። እናባዬ ደግሞ "ተስፋዬ ሰኬ" ነው የሚሉት፣ ብዙ ስለሚጠጣ። እነእማዬ የሆነ ነገር እንዲሰራላቸው ሲፈልጉ "ተስፍሽ" ብለው ቢጠሩትም፣ የሚያሳዝነው ሰክሮ ሲያናድዳቸው "ተሰፈዬ ሰኬ"፣ ከባሰባቸው ደግሞ "ያ ከንቱ" ወይም እስከናካቴው "ተስፈዬ ቆሼ" ብለው ያርፉታል።

ጋሼ ተሰፋዬ ምንም ሳይከፋው ለጠራው ሁሉ መልሱ "አቤት" ነበር። ልማድ ሆኖበት መሬት ላይ የወደቁ ወረቀቶችን መለቃቀም ይወዳል፣ ከትከሻው ላይ የማትወርድ

አንድ አሮጌ የደብተር ቦርሳ ነበረችው። ያነሳውን ሁሉ ወረቀት ስለሚከትባት፣ በወረቀት መአት የታጨቀች ቦርሳ ነበረች።

የሰፈሩ ሰው ተሰብስቦ ጋሼ ተስፋዬ ዘር ላይ ቆሞ እርስ በራሱ ይነጋገራል፤ ገሚሱ በመገረም ቀሪው ደግሞ በማዘንና በማልቀስ። "ውይ! ውይ! አፈር በሆንኩ! ልጄን! እንደው ሳያልፍለት፣ አንድ ቀን እንኳን ጠግቦ እንጀራ ሳይበላ መጨረሻው ይሄ ሆነ!" የሚሉት በድሜ ጠና ያሉ ሴቶች በርካታ ናቸው። "እንደው መቼም እንዲህ ፈጥኖ ይደርሳል ብለን አላሰብነውም እንጂ፣ ተስፍሽ እንኳን ውሃዋን ይወድ ነበር። አንድ ቀን ይሄ መምጣቱ አይቀሬ ነበር።" እያሉ የሚያጉረመርሙም ነበሩ። በርከት ያሉ የሰፈሩ አዛውንት ደግሞ ሰብሰብ ብለው ጋሼ ተስፋዬን ለመቅበር ምን ማድረግ እንዳለባቸው ይመካከራሉ።

"እንደው እድር ይኖረው ይሆን?" አሉ፤ የአቢይ አባት። "አይ፣ አይመስለኝም፤ ከየት አምጥቶ እድር ይገባል፤ ተስፋዬ የምናውቀው ሳንቲም ሲያገኝ ወደ ውሃዋ ነው፤ አይመሰለኝም። እንዲያውም ቤቱን ትቶ እውጭ አለማደሩም የአምላክ ቸርነት ነው፤ እያወቃችሁ!" አሉ፤ የአለማየሁ አባት ደግሞ። "ወገን፣ ዘመድ ይኑረው አይኑረው እኛ ምንም አናውቅም። እዚሁ ሰፈር ሲኖር ይሄው አስራ አምስት አመት በላይ ሆኖታል። ታዲያ አንድ ቀን እንኳን አንድ ሰው እቤቱ ሲገባ አላየንም፤ ማንን ወገን ብለን እንጠራለን!" አሉ፤ የአቢይ አባት በጣም አዝነው።

ጋሼ ተስፋዬ በህይወት እያለ "እንዴት አደርክ?" ብለውት የማያውቁ ሰዎች ሁሉ፣ ዛሬ ተሰብስበው የዘር ሀረጉን ለመቁጠር ይታገላሉ። የየት አገር ሰው ሊሆን እንደሚችል፣ አባትና እናቱ እነማን እንደሆኑ፣ ስራው ምን እንደነበር

መወያየት ይዘዋል። ሁሉም የመሰለውን ነገር ከወረወረ በኋላ፣ ማሳረጊያው "ተስፍሽ እኮ ውሃዋን ይወዳል፤ ይሄኔ ምንም ጥሬት የለጡ ይሆናል።" ሆነና አረፈው።

የሰፈር ሰው ሁሉ የሚወዳቸውና የሚያከብራቸው፣ እማማ አስካለ ነገሩ በጣም ስለከነከናቸው፣ ወደ ተሰበሰቡት ወንዶች ሄደው፣ "በሉ አሁን በቃ፤ የማናውቀው አዲስ ነገር አልተፈጠረም፤ ያንኑ ደግሞ ደጋግሞ ማውራት ፋይዳ የለውም። ሌላ ምከሩ፤ እሱም እንደናንተው የቸሩ መድሃኒአለም ልጅ ነው። አውጥታችሁ ለጅብ አትጥሉት፤ ወይ ደግሞ እዚህ ቤት ዘግታችሁ አትተውት፤ መቀበር አለበት። ስለዚህ ስለመጠጣቱ ሳይሆን ስለአቀባበሩ ምከሩ። እኛ ደግሞ ያው የሴቱን ክፍል እንይዛለን።" አሉ። እማማ አስካለ ፊታቸውን መለሰ አርገው "ማነህ አንተ!" አሉ፤ ወደ ልጅ እግር ጎረቤታቸው ወደ ታደሰ እየተመለከቱ፤ ያቶ ማሞን፤ የእድር ሰብሳቢውን ቤት ታውቀዋለህ?

"አወን" አለ ታደሰ፤ ለምን እሱ እንደተመረጠ እያሰላሰለ። "ጎሽ የኔ ልጅ ብር-ር ብለህ ሄደህ ተስፋዬ ማረፉን ንገራቸውና አስካለ 'እንግዲህ ከኛ እራስ አይወርድም።' ብላለች በለው። ጎሽ! ጎበዝ፣ በሉ በየቦታው እንሰማራ። 'ይጠጣ ነበር፣ እንዲህ ያረግ ነበር' ብንለው ምን ይጠቅማል? ሞቱን አይቀይረው።" ብለው፣ ሴቶችን ለመሰብሰብ ፊታቸውን ወደ ቤት አዞሩ።

ወንዶቹም እንዲሁ ስራ መከፋፈል ጀመሩ፡ የጋሼ ተስፋዬ ቤት በህይወት ዘመኑ አንድም ሰው ሳታይ ኖራ፣ ዛሬ በሞቱ ለመጀመሪያ ጊዜ የሰፈሩን ሰው ማስተናገድ ጀመረች።

ቤቱ ሁለት ክፍል ናት። የመጀመሪያው ክፍል ውስጥ ሁለት ወንበርና አንድ እግሩ ተሰብሮና ተሰክቶ፣ እንደነገሩ

በምናምን ተደጋግፎ የቆመ ጠረጴዛ አለ። ሌላ ክፍሉን ያጣበበው፤ ኧረ ቤቱን የሞላው ማለት ይቻላል፣ ግርግዳውን ተደግፎ የቆመው የመፅሀፍ፣ የጋዜጣ፣ የመፅሄት እና የማስታወሻ ደብተር ክምር ነው። ጋሼ ተስፋዬ መንገድ ላይ የሚለቃቅማቸው ወረቀቶች ሳይቀሩ እዚህ ክፍል ውስጥ ቦታ ተሰጥቷቸዋል።

ሁለተኛዋ ክፍል የያዘችው ከአሮጌ አንሶላ በተሰራ መጋረጃ ተሸፍና የተቀመጠች አንድ የአጠና አልጋና አንድ የተጣመመ ቁምሳጥን ነበሩ። ጋሼ ተስፋዬ፣ ጎረቤቶቹ እንዳሉት ከዚህ የተለየ ምንም ንብረት አልነበረውም።

የጋሼ ተስፋዬን መሞት የሰፈር ልጆች የሰማነው ከረፋፈደ በኋላ ነበር። አዲስ አለም ተንደርድራ እኛ ቤት መጣችና፣ "በናታችሁ ሰማችሁ?" አለች። እኔ፣ "አልሰማንም።" አልኩ፤ ፍሬህይወት ግን መልስ አልሰጠችም። "ጋሼ ተስፋዬ ቆሼ ነው የሞተው።" አለች። አዋቂዎቹ አልቅሰው ጨርሰው ወደ ስራ ተሰማርተዋል። ብዙዎቻችን ወደ ለቅሶ ቤት ካልተላክን በስተቀር መሄድ ስለማይፈቀድልን እርማችንን በየግቢው በር ላይ ሁለት ሶስት እየሆንን አወጣን። እንደ እናቶቻችን ኡኡ ባንልም፣ ደግነቱን እያስታወስን ስቅስቅ ብለን አለቀስን። በተለይ ፍሬህይወት በፍፁም እንባዋን ማቆም አልቻለችም። "ቆሼ" ስንለው እንኳን ትናደድ ነበር። ፍሬህይወት ከጋሼ ተስፋዬ ጋር የተለየ ጓደኝነት ነበራት። የሚነበብ መፅሀፍ ይሰጣት፣ ስለ ታሪኩም ይጠይቃት ነበር። መፅሀፍና ጨዋታ ብዙ ያቀራርባቸው ስለነበር በጣም አለቀሰች።

ልጆች ሁሉ በየቤታቸው በራፍ እየተቀመጡ ከጓደኞቻቸው ጋር ስለ ጋሼ ተሰፋዬ ማውራትና "ትዝ ይልሀል?" መባባል

ጀመሩ። ጋሼ ተስፋዬን እወደዋለሁ እንጂ እጠላዋለሁ የሚል ሰው ተፈልጎ አይገኝም። ሰፈራችን ውስጥ በጊዜ ስናገኘው ጋሼ ተስፋዬ መካሪያችን ብቻ ሳይሆን፣ እውቀት እንደ ውሀ ከአንደበቱ የሚፈስ አስተማሪያችንም ነበር። አንዳንድ ቀን ጋሼ ተስፋዬ የሚነግረን ታሪክ ህልም ቢመስለንም፣ እንሰማዋለን ። "ልጆቼ ተረት ነው ብላችሁ እንዳትረሱት፤ እውነት ነው።" ይለናል። ከሁሉም በላይ ግን ለኛ ለልጆች ጊዜውን በመሰጠቱ እንወደዋለን።

ትንሽ መሽት ስትል ግን መሳቂያችን እና ማላገጫችን እናደርገዋለ፤ የልጅ ነገር። ጋሼ ተስፋዬ የሰከረ ለት የሰፈር ልጅ ሁሉ ይሰበሰብና የተንኮል ምሽግ ይይዛል። ታዲያ ሁላችንም የምንሰጠው የተለያየ ስም ነበር። መስከሩን ማወቅ ቀላል ነበር። ገና ከሩቁ "ኧረ ጥራኝ ጫካው፣ ኧረ ጥራኝ ዱሩ!" ሲል እነሰማዋለን። ሌላ ጊዜ ድምፁ የማይሰማው ጋሼ ተስፋዬ፣ የሰከረ እለት እየዘፈነ፣ እያቅራራና እየፎከረ ነበር ወደ ቤቱ የሚገባው። ቀን ቀን የምናከብረው ጋሼ ተስፋዬ ማታ መቀለጃችን ይሆናል። ከሩቅ ስናየው "ተስፋዬ ሰኬ" ወይም "ተስፋዬ ቆሼ" ብለን ተሳድበን ወደየምሽጋችን እንገባለን። "ዘራፍ የጀግና ዘር፣ እኔ አልሰደብም!" ብሎ፤ በስካር መንፈስ የሰደበውን ልጅ ፍለጋ ሲንገዳገድ እያየን መሳቅ ነበር፣ ጨዋታችን። አንዳንዴ ይወድቃል፣ አንዳንዴ ደግሞ ያዞረውና መሬት ፈልጎ ቁጭ ይላል። ይሄ ሁሉ ለኛ የማይከፈልበት ድራማ ነበርና ደስታችን መጠን አልነበረውም። በእድሜ ከኛ ትንሽ ከፍ የሚሉት ጋሼ ተስፋዬን ሊያዩ የሚመጡት ለስርቆት ነበር። ጋሼ ተስፋዬ የሚሰክረው የደመወዝ ቀን ስለነበር፣ በወደቀ ቁጥር ከኪሱ ገንዘብም ሆነ ሌላ እቃ ይንጠባጠባል። ያን እየተከተሉት ይለቅማሉ። ካያቸው ስለሚቆጣ፣ እሱ ካለፈ በኋላ ነው ሮጠው ሄደው

የሚሻሙት። ታዲያ እንዲህ የሰበሰቧትን ገንዘብ ትንሽ ቀን ቆይተው መልሰው ለራሱ ባራጣ ያበድሩታል።

መስከሩ የሚያናድዳቸው የሰፈር ሴቶች ገና ድምፁን ሲሰሙ፣ "ጀመረው ይሄ ለፍላፊ፤ ይሄ አመሉ ሳይቀብር አይለቀው!" ይላሉ። ብዙዎቹ አባቶች ለዚህ አስተያየት መልስ ባይሰጡም፣ በልባቸው ግን የጋሼ ተስፋዬን ነፃነት ሳይመኙት አይቀሩም። አንዳንዴ በሰከረ መንፈስ ከሰፈር ጎረምሶች ጋር ይጣላል፤ ጎረምሶቹም ገፍትረው ይጥሉታል። ታዲያ የአለም አባት ሁልጊዜ አንስተው ወደ ቤቱ ይወስዱታል። ሲወስዱት የተለመደ ምክራቸውን እያነበነቡ ነበር። "ምነው ከውሃው ብትቀንስ፣ ተስፋዬ!" ይሉታል። "እንደው እንደ ህፃን ልጅ መጫወቻ ሲያረጉህ አይነድህም! ትልቅ ሰው እኮ ነህ ፤ ልጆቹም ማታ እንዲህ ሆነህ ሲያዩህ የቀን ምክርህን ከቁም ነግር አይቆጥሩትም። አይሆንም ልጄ፣ ይችን አመል ተዋት።" ይሉታል።

ሳይሰክር፣ ጋሼ ተስፋዬ የሁሉም ታዛዥ ነበር። "ተስፍሽና እስቲ እቺን እንጨት ፍለጥልኝ፣ እስቲ እቺን አትክልት ኮትኩትልኝ፣ ይቺን አስተካክልኝ፣ ውይ! ይችን ደግሞ ቆፍርልኝ።" የማይለው የሰፈር ሰው አልነበርም። ታዲያ ሁሉም ወደ ቤታቸው ሲገባ የመጀመሪያ ጥያቄያቸው የሚያተኩረው መጠጡ ላይ ነበር። ብዙዎቹ ሊመክሩት ይሞክራሉ፣ አንዳንዶች ደግሞ ሊያስፈራሩት፣ "ይገልሀል እኮ!" ይሉታል።

ጋሼ ተስፋዬ ለሁሉም የትህትና መልስ አለው። "ይህን የደረቀ አንጀቴን ማር ቢያለሰልሰው ብዬ ትንሽ ጠጅ ብወስድ ውስጤን አነደደው። ያው የጠጅ ነገር ደግሞ ወይ አፍ

ይለጉማል ወይም ደብቀው የያዙትን የልብ ፍላጎት ባደባባይ ያስለፈልፋል። 'ሆድ ያባውን ብቅል ያወጣዋል።' ይሉ የለ!"

ጋሼ ተስፋዬ የበፊር ሰው ለሚያሰራው ስራ "ክፈሉኝ" ብሎ ወይም ስራ ከመጀመሩ በፊት በገንዘብ ተዋውሎ አያውቅም። ሳንቲም ከሰጡት ሳንቲሚን ይወስዳል፤ ካልሆነ ደግሞ አንድ ሁለት ጣሳ ጠላ ተሰጥቶት ያቺን ግጥም አድርጎ ይጠጣል፤ እራት ብላ ከተባለም እራቱን በልቶ "እግዜር ይስጥልኝ" ብሎ፣ አመስግኖ ወደ ቤቱ ይሄዳል። ታዲያ ልክ እግሩ ሲወጣ፣ "አይ! ባይጠጣ እኮ እንዴት የተባረከ ሰው ነው።" ይላሉ ሴቶቹ። አንዷ፣ "እንደው፣ ትዳር ቢይዝ እኮ ሰው ይሆን ነበር።" ትላለች። ሌላዋ ቀበል ታደርግና፣ "አሁን እሱን ማን ባል ብሎ ያገባል!" ትላለች። ከተስፋዬ የሚያገኙት መልስ አንድ አይነት ቢሆንም ቤተሰቦቻችን ጥያቄ መደርደራቸውን አያቆሙም። "ለምን እራስህን እስክትስት ትጠጣለህ? ለምን አታገባም?" ምክሩ ቀርቶ ወደ ምርመራ የተሻገሩ እለት ደግሞ፣ "የየት አገር ሰው ነህ? ቤተሰቦችህ እነማን ናቸው?" እያሉ የጥያቄ ነጎድጓድ ያወርዱበታል። ጋሼ ተስፋዬ እነዚህን ጥያቄዎች ስለለመዳቸው፣ የተዘጋጁና የተጠኑ መልሶች ነበሩት። "አይ እትዬ! ብቸኝነቱን ቢያስታግስልኝ ብዬ ነዋ። ምላርግ ትንሽ ካልጠጣሁ ቤቱ ሊበላኝ ይደርሳል። የውስጤን ባዶ መሆን ገርገብ ቢያደርገው ብዬ ነው እኮ!" ይላል፤ ጥያቄው "ለምን ትጠጣለህ?" ከሆነ። "ለምን አታገባም?" ለሚለው ጥያቄ ደግሞ፣ "አይ እትዬ፣ አንቺ ካመጣሽልኝ ማንም ብትሆን ደስ ብሎኝ አገባታለሁ።" ይላል። ጋሼ ተስፋዬ "የየት አገር ሰው ነህ?" የሚለውን ጥያቄ መመለስ አይወድም። ፈገግታው ግን አትለወጥም። "ሁሉም እኮ ያው ነው፤ ሁላችንም ኢትዮጵያዊ አይደለንም እንዴ?" እያለ ጥያቄያቸውን በጥያቄና በትምህርት ይመልስላቸዋል።

ጋሼ ተሰፋዬ፣ ተስፍሽ፣ ሰኬ ወይም ቆሼ እንደተባለ ነው የኖረው። በኋላ እንደተረዳነው ያባቱን ስም እንኳን የሚያውቅ ሰው የለም ፤ ሁል ጊዜም ተሰፋዬ። እኩለ ቀን አካባቢ ጋሼ ተመስገን በተለመደው ጎርናና ድምፃቸው ጡሩንባቸውን ይዘው ወጡ።

የእድራችን ጥሩንባ ነፊ፣ "ጡ! ጡ! ጡ! የነፉስ ስልክ እድርተኛ የሆናችሁ፣ አቶ ተስፋዬ ቆሼ ስለሞቱ፣ ነገ ከቀኑ ስድስት ሰአት ላይ በቅዱስ ዮሴፍ ቤተክርስቲያን ለቀብር እንድትወጡ ተብላችዋል!! ጡ! ጡ! ጡ!" እያሉ፣ ድምፃቸውንና ጥሩምባቸውን እያፈራረቁ ሲለፍፉ አመሹ። ይህ አጠራር የከነከናቸው እማማ አስካለ፣ "ኧረ በስማም በሉ! እንዴት ያለ ነገር ነው ቆሼ ብሎ ስም! ቆሼ እያላችሁ እድር ታስለፍፉላችሁ!" አሉ፤ ትንሽ እንደመቆጣት ብለው። "ባይሆን በክርስትና ስሙ ይጠራ።" ተባለ፤ የጋሼ ተስፋዬን የክርስትና ስም የሚያውቅ ሰው ግን ጠፋ። እንዲያውም፣ "ተስፋዬ ቆሼ" ተብሎ ካልተጠራ የሰፈሩ ሰው ማን እንደሞተ አያውቅም ተባለና፣ የእድሩ ጥሩንባ ነፊ "ተስፋዬ ቆሼ" ብለው እንደጀመሩ "ተስፋዬ ቆሼ" ብለው ጨረሱ።

መቼም የሰፈሩ ሰው ተረባርቦ የጋሼ ተስፋዬን መኖሪያ የለቅሶ ቤት አስመስለው። በቁሙ እያለ የቤቱን በር ረግጦ የማያውቅ ሰው ሁሉ በሌለበት ቤቱን ያተራምሰው ጀመር። ከዚያ ቤት ንፍሮ፣ ከዚያኛው ደግሞ እንጀራ፣ ካንዱ ቤት ወጥ፣ ከሌላው ጠላ፣ ተውጣጥቶ ጎረቤቶቹ ሀዘን ተቀመጡ። በድሜ ጠና ጠና ያሉት የሰፈር ወንዶች ጋቢያቸውን ደርበው ድንኳን ውስጥ ባህላዊ ቦታቸውን ያዙ። ሴቶቹም ወዲያ ወዲህ ብለው ለቀስተኛውን አስተናገዱ። የሰፈሩ ሰው፣ ጋሼ ተስፋዬን በቁሙ ያላሳየውን ወግ ማእረግ፤ በቁሙ ይልሰጠውን

ክብር፣ በሞቱ አቀረበለት። ገንዘብ ተዋጣና የሬሳ ሳጥን እና የመቀበሪያ ቦታ ተገዛ። "ለራሱ አልሆነም እንጂ ሰው የማይነካ ጥሩ ሰው ነበር።" እየተባለ አንድ ሁለት ዘለላ እንባም ፈሰሰለት። ትንሽ እራቅ ያለ ሰፈር የሚኖሩ፣ ግን የሚያውቁት ሰዎችም እየመጡ፣ "ምስኪን" ብለው ከንፈራቸውን መጠጡለት። ሆኖም፣ የጋሼ ተስፋዬን ያባት ስም የሚያውቅ ሰው አሁንም አልመጣም።

"ታዲያስ ጎበዝ ምንድነው የምናረገው?" አሉ አንደኛው አዛውንት። "እንግዲህ አስከሬኑ ላይ በር ቆልፈን አንሄድ!" አሉ ሌላው ተቀብለው። "አንድ ሁለት ሰው ከዚህ ማደር ይኖርበታል።" ተባለና የሰፈሩ አዛውንት እርስ በርሳቸው ተያዩ፤ ያ ምስኪኑ ጋሼ ተስፋዬ በህይወት እያለ ብቸኝነቱ አስጨንቋቸው የማያውቁ ሰዎች፣ ዛሬ የአስከሬኑ ብቻ ማደር አሳሰባቸው። "እኔ መቼም" አሉ የመጀመሪያው አዛውንት፣ "እንደምታውቁት"፤ እሳቸው ለምን እንደማያድሩ የሚያቀርቡት ምክንያት እየተናነቃቸው። ሆኖም አዛውንቱን ከጭንቀት ለማላቀቅ የፈለጉ ሁለት ጎልማሶች አንድነት "እኔ አድራለሁ።"፣ "እኔ አድራለሁ።" አሉ። ከዚያማ "እኔም! እኔም!" የሚለው የሰፈሩ ጎልማሳ በዛ። "አድራለሁ" ካሉት የመጀመሪያዎቹ ሁለት ሰዎች በስተቀር ሌላው ቀስ በቀስ "ነገ እንመለሳለን" እያሉ ውልቅ አሉ። ሴቶቹም የነገ ስራቸውን ተከፋፍለው ወደየቤታቸው ሄዱ።

በተነጋገሩት መሰረት የተወሰኑ ሴቶች ቁርስ ይዘው መጡና ከሬሳው ጋር ያደሩትን ሰዎች አበሉ። "እንደው እኮ ነውር ነው፤ ይሄን ያክል ዘመን መሀላችን ሲኖር፤ ቤታችን ሲገባ ሲወጣ፤ ልጆቻችን ሲቀልዱበት፤ አንድ ቀን እንኳን ማንነቱን ሳንጠይቀው 'ቆሼ' እንዳልነው ይሙት!" አሉ አንዷ እናት።

"እንዴት ማፈሪያ አደረገን።" አሉ ሁለተኛዋ እናት በቁጭት። ሌላዋ ከተል አርገው፣ "ቢጠይቁትስ መች ይመልሳል እሱ። እሷን ጥያቄ በጣም ነበር የሚፈራት። እሄን ጊዜ የፈረደባት እናቱ በህይወት ትኖራለች። ወንድም ወይ እህት ይኖረው ይሆናል።" "መቼም ያለ ሰው አልተፈጠረ! እሱ እቴ! ቢሞት አይናገር።" አሉ እማማ አስካለ እንባቸውን በነጠላቸው ጫፍ እየጠረጉ።

"ወገን እንኳን አያጣም። ግን የት ተብሎ ይነገራቸዋል?" ተባባሉ። "ኧረ ለነገሩ፣ ቀን ቀን ምን እንደሚሰራ፣ የት እንደሚውል የሚያውቅ ሰው አለ?" አሉ፤ የሰላም እናት። "ለአሰሪው መንገርም አግባብ ነው" አሉ፣ሌላዋ። "አዎ ሰው ልኬያለሁ።" አሉ የዳንኤል አባት። ከሰፈሩ ሰው ሁሉ ትንሽ የሚቀርቡት እሳቸው በመሆናቸው እጅግ አዝነው። ጋሼ ተስፋዬ ከሰፈሩ ወንዶች ጋር ሁሉ ሰላም ቢሆንም ከሰላምታ ውጭ የሚያወራው ከጥቂቶቹ ጋር ብቻ ነበር። ከነሱም ጋር ቢሆን ስለመፅሀፍ እንጂ ስለሌላ ነገር አያወራም። ወሬው ከመፅሀፍ ሲዘል ቶሎ ርእሱን ይቀይራል ወይም "እትየ እንትና እንድትመጣ ብለውኛል።" ብሎ ውልቅ ይላል።

የሰፈሩ ሰው ይህንን እያወራ ወደ ቀብር ለመሄድ ሲዘጋጅ፣ ከውጭ ኡኡታው ቀለጠ። "ወንድምዬ! ወንድምዬ! መካሪዬ! ወንድሜ ምን አገኘህ! ምን አገኘህ! ምነው ቸኮልክ!" እያለ አንድ ወጣት ወደ ድንኳኑ ገባ። "ኧረ ጉድ በሉ! የሚያቀው ሰው ተገኘ።" አሉ፤ የገነት እናት። "ማን ይሆን? ወንድሙ ይሆን? ወንድም አለኝ ብሎን አያውቅም። ለነገሩ፣ እሱ ስለ ቤተሰቡ መች አውርቶልን ያውቃል!" አሉ፤ እማማ አስካለ ቀበል አርገው። "እንደው እኮ እናት፣ አባት፣ እህት፣ ወንድም የምትለዋን ጥያቄ አይወዳትም።"

አሉ፤ የገነት እናት። “መቼም ከሰማይ አልወረደ፤ እናት እና አባትማ ይኖረዋል።” አሉ፤ እማማ አስካለ ደሞ። “ኧረ ግድ የላችሁም፤ ይሄ ወንድሙ ሳይሆን አይቀርም፤ አሱን ነው የሚመስለው፣ ቁርጥ!!።” አሉ ያዜብ እናት፣ ነገር ሲያጋንኑ። ማ እንደሆነ በመገረም ሲወያዩ ሰውየው ረዘም ላለ ግዜ አለቀሰና ከድንኳን የነበሩ ሰዎች ጎትተው አስቀመጠው በጥያቄ ያጣድፉት ጀመር። “እንዴት ሰማህ? ዘመድ ነህ?” ብለው ገና መጠየቅ ሲጀምሩ፣ ሌላ ሰው ከውጭ “እስታማሚዬ! ጀግናው ወንድሜ! ምን አገኘህ! አንተን ሞት ይደፍራል እንዴ!” እያለ ሌላ ጎልማሳ ወደ ድንኳኑ ገባ። “ጀግናው...ው...!?” አሉ ከድንኳኑ ውስጥ የተቀመጡ ሴት። “ማነው ጀግናው፣ ተስፋዬ? አዬ፣ አሁን ገባኝ” አሉ “እነኝህ ሰዎች ቤት ጠፍቷቸው ነው እዚህ የመጡት። ይሄን ያህል ዘመን ሲኖር አንድ ሰው አብሮት አይተን አናውቅም። አሁን ከየት የመጣ ወንድምነት ከየት የመጣ ጀግንነት ነው የሚያውሩት።” እያሉ ሀዘን፣ አግራሞትና ሀሜት በተቀላቀለበት አንደበት ለቀስተኞቹ አውካኩ። ቢሆንም ከዚህ ነገር መጨረሻ ላይ መድረስ ስላለባቸው ሁለተኛውንም ሰው ጎትተው አስቀመጡት። ግን ሶስተኛ ሰው ከውጭ እያለቀሰ ገባ። በሱ ብቻ አልቆመም ሌሎችም እየተከታተሉ መጡ። የማንጠግቦሽ እናት ከመደንገጣቸው የተነሳ “ኧረ ቆይ! ቆይ እስቲ! ለማን ነው የምታለቅሱት? እኛ የምናውቀውና እናንተ የምታለቅሱለት የተለያየ ሰው ሳይሆን አይቀርም።” አሉ። መልስ የሰጣቸው አልነበረም። ብቻ ለቅሶው ቀጠለ።

በእድሜ የጋሼ ተስፋዬ እኩያ የሆኑ ሰዎች እዬዬ ማለታቸውን ቀጠሉ። ማን እንደሆኑ፣ ከየት እንደመጡ ሳይታወቅ፣ በሁለት ሰአት ውስጥ ድንኳኑን ሞሉት። ምስክሬ፣ ታላቅ ወንድሜ፣ መካሪዬ፣ የሰፈሩ ሰው ሰምቶት

የማያውቀውን መልካም ስም ሁሉ ለጋሼ ተስፋዬ ደረደሩለት። "ይገርማል! እኛ 'ቆሼ' እና 'ሰኬ' ስንለው የኖርነው፣ እንዲህ ማገሬሜና ክብር ያለው፣ ህዝብ የሚላቀሰለት ሰው ኖሯል።" አሉ እማማ ስርጉት።

የመጡት ሰዎች የተቀመጡት አንድ አካባቢ ነበር። የሚተዋወቁ ሰዎች ይመስላሉ። እርስ በርሳቸው ያወራሉ፣ አንዳንዶቹ ድንገት ሲተያዩ አንገት ለአንገት ተያይዘው ይላቀሳሉ። የአቢይ አባት፣ "በቃ ልጆቼ፣ እያረፋችሁ።" ብለው አስቀመጧቸው። "ቀሰ እያላችሁ፣ ለቅሶ እኮ ባንድ ቀን ተለቅሶ አያልቅም።" ይሏቸዋል። ለቅሶው ጋብ ሲል ደግሞ ደግሞ ጥያቄ ይከምሩባቸዋል።

ከጓዳ የተሰበሰቡት ሴቶች ግራ ተጋብተው ሁሉንም ያያሉ። "ይገርማል! 'ጓዴ'፣ 'ወንድሜ' ነው እንጂ እስካሁን 'ተስፋዬ' ብለው ሲጠሩት አልሰማሁም።" አሉ፣ የአለማየሁ እናት በመደነቅ። "እኔ እኮ፣ ተሳስተዋል ብል የሚሰማኝ አጣሁ።" አሉ የማንጠግቦሽ እናት ደግሞ። ግራ እንደተጋቡ፣ ለጥያቄያቸው መልስ ሳያገኙ፣ የመጡትም፣ ሰወች እነማን እንደሆኑ ሳያውቁ። እንዲሁ ስለ ጋሼ ተስፋዬ የባጡን የቆጡን ሲቀባጥሩ የቀብር ሰአት ደረሰና ለቀስተኛው ሁሉ ወደ ቤተክርስትያን አመራ። ሰካራሙ፣ ወገን የለሹ፣ ድሀው፣ ጋሼ ተስፋዬ ቆሼ፣ አንድ መኳንንት ተመኝቶ የማያገኘውን ክብር አገኘ፣ አገር አልቅሶ፣ አገር እንባውን አፍሶ በፍቅር ቀበረው።

"አቤት ይሄ ሁሉ ሰው በህይወት እያለ አይዞህ ቢለው ኖሮ፣ አቤት የሄ ሁሉ ሰው በህይወት እያለ ሌት ተቀን የሚያሰጨንቀውንና ወደ መጠጥ የገፋፋውን ሀሳብ ተካፍሎት ቢሆን ኖሮ፣ አቤት የሄ ሁሉ ሰው በህይወት እያለ እራሱን ሳይጎዳ አለንልህ ቢለው ኖሮ፣ ተስፋዬ አንቱ የተባለ ሰው

በሆነ ነበር።" አሉ፣ የጋሼ ተስፋዬ ነገር ሲነሳ ሆዳቸው የሚንቦጫቦጨው እማማ አስካለ፤ ሀዘኑ፣ ንዴቱና ቁጭቱ አሁንም አልወጣላቸውም።

ቄሱ፣ ሀዘን ይበቃል፤ ሰው ጉድጓድ ከገባ እረፍቱ ነውና እናንተም እረፉ። የሚል ትምርት አዘል ተግሳፅ ከሰጡ በኋላ፣ ከቀብር መልስ ለቀስተኛው ወደ ቤት እንዲሄድ አሳሰበው። ህዝቡ ተበተነ።

እማማ አስካለና ሌሎች ሴቶች ምግብ ሊያቀርቡ ወደ ጓዳ ገቡ። ከአዲሶቹ ሰዎች መሀል ብዙዎቹ ወደ ቤት አልተመለሱም፤ የተመለሱትም ሰብሰብ ብለው አንድ ቦታ ተቀምጠው ያወሩ ጀመር። ነገሩ ግራ የገባቸው የሰፈር ሰዎች "ሊበሉ ነው የመጡት" እንዳይሉዋቸው፣ ወደ እህሉ ሲሄዱ አላይዋቸውም። "ሀዘን ሊደርሱ ነው" እንዳይሉ፣ አብዛኞቹ ወደቤት አልተመለሱም። የተመለሱት ደግሞ ከሰፈርተኛው የበለጠ እያለቀሱ ነበርና ዋነኛዎቹ ሀዘንተኞች እነሱው ነበሩ።

"ኧረ እነኝህን ሰዎች አንድ በሉዋቸው!" አሉ፤ የማንጠግቦሽ እናት አሁንም ቤት የተሳሳቱ ሰዎች ስለመሰሏቸው። "መጀመሪያ እህል ይቅመሱ ብለን ነው እንጂ፣ ነገሩንማ ጠይቀን ማጣራታችን መች ይቀራል!" አሉ የአለማየሁ አባት፤ የሴቶቹ ውትወታ ስለከበዳቸው። የሰፈሩ ሰው ያዲስ መጤዎቹን ጉዳይ ሲያወጣ ሲያወርድ፣ ከነዚሁ ካዲሶቹ ለቀስተኞች መሀል አንዱ ችግሩ የገባው ይመስል፣ "አባት! አንዴ እናናግረዎት።" ብሎ፣ ወደ አቢይ አባት ተጠጋ።

"መጀመሪያ እህል ቅመሱና እንነጋገራለን። ሁላችንም ነን እኮ ወንድማችንን ያጣነው፤ ለነፍስ ይማር የሚሆን ትንሽ ነገር አፋችሁ አርጉና፣ በቅጡ እንነጋገራለን።" አሉ የአቢይ አባት፣

ወሬውን ለመስማት እንዳልቸኮሉ ሁሉ ድንኳን ውስጥ ያሉትን ወንበሮች እያስተካከሉ። ባካባቢው ያለው የሰፈር ሰውም፣ ሠንጁም ሴቱም እንደታዘዘ ሰው አንድ ላይ "አዎ፣ እህል ቅመሱ፤ ይሄማ ነውር ነው።" አሉዋቸው። የሰፈር ሰው ተሰብስቦ እንደምንም የሰራው ምግብ ቀረበ።

ምግብ እየበሉ፣ "እርስ በርሳችሁ ትተዋወቃላችሁ?" አሉ የአቢይ አባት። "አወን እንተዋወቃለን።" አለ መጀመሪያ ወደፊት የመጣው ሰው። "እና ሁላችሁም ናችሁ ተስፋዬን ይምታውቁት?" "አወን፣ ሌሎችም ያልሰሙ ብዙ አሉ። እኛ እዚህ ያለነው ብቻ አይደለንም።" አለ፣ የመጀመሪያውን ጥያቄያቸውን የመለሰላቸው ሰውዬ። "ማለፊያ! ማለፊያ! እንትናዬ እያልኩ እንዳልጠራህ፣ ስምህን ማን ልበል?" አሉት። "ጥበበ እባላለሁ።" አላቸው። "አቶ ጥበበ፣ እየውልህ እንግዲህ እኛ ተስፋዬን ነፍሱን ይማረውና፣ ስናውቀው አስራ ሰባት ወይም አስራ ስምንት አመት ሆነን። እንደው መቼም ለራሱ አያውቅም እንጂ ቅን ሰው ነበር። ታዲያ ይሄን ሁሉ ዘመን ከመካከላችን ሲኖር አንዳችሁንም አይተን አናውቅም። ዘመድ ወገን የለውም ብለን እርማችንን ካወጣን በኋላ፣ ዛሬ አጥር ከፍተው እንደለቀቁት በግ ግርር ብላችሁ መጣችሁ። ለሰሚው ግራ የሚያጋባ ነገር ሆኖብን እኮ ነው። ጎረቤቶቹም ነገሩ ትንሽ እንግዳ ስልሆነብን እባካችሁ ከተስፋዬ ጋር የነበራችሁ ትውውቅ እንዴት እንደሆነ አጫውቱን። ይህን ያህል ወዳጅነት ወይም ዝምድና ካላችሁ ደግሞ፣ እራሱን በመጠጥ ሲገድል ተው ሳትሉት ለምን እንደቀራችሁ ንገሩን" አሉ፣ ትንሽ ምርር ብለው። በዚህ ሀሳብ የተስማማ የሰፈር ሰው በሙሉ ወንበሩን ሳብ እያረገ ወሬውን ለመስማት ተጠጋ። "ወይ አባቴ! የኛን ታሪክ ለመስማት አንድ የህይወት ዘመን

ያስፈልጋል። ስለዚህ ባንጀምር ይሻላል።” አለ አቶ ጥበበ። “ኧረ እኛ ጊዜ አላጣንም! ጊዜማ ሞልቶናል።” አሉ እማማ አስካለ። መልክተኛው ፈገግ እያለ፣ “እማማ! እና ሙሄድ አለብን፤ ለቀብሩ ያወጣችሁትን ገንዘብ ለመሸፈን ያደረግናትን ትንሽ መዋጮ ልንሰጣችሁና በሰው ወግ እንዲቀበር ስላደረጋችሁት ሁላችንም ልናመሰግናችሁ እንፈልጋለን። ከዚያ በኋላ ግን ሙሄድ አለብን።” አለ ጥበበ። “ምስጋናውም ገንዘቡም ይቅርብን፤ ተስፋዬ እኮ የኛው ልጅ ማለት ነው። እንደ ልጅ ስንልከው ተልኮ፣ አዛውንቶችን አክብሮ፣ ልጆቻችንን እንደኛው ሁሉ በፍቅርና በምክር ያሳደጋቸው ሰው እኮ ነው። ግን አብሮን የኖረውን ሰው፣ እኛ የምናውቀውን ተስፋዬን ሌላ ሰው ስላረጋችሁት፣ ማን እንደሆነ ልትነግሩን ይገባል። እኛ ያ ከንቱ ሰካራም ስንለው፣ ለምን ትጠጣለህ እያልን ስንዘልፈው የኖርነውን ሰው እናንተ መካሪ፣ ጀግና እና ታላቅ ወንድም አረጋችሁት። እኛ እኮ ሰኬ፤ ቆሼ፤ ከንቱ ስንለው ነው የኖርን። ስለጀግንነቱ ሳትነግሩን ብትሄዱ እኛ ለማናውቀው ሰው አልቅሳችሁ እንደሄዳችሁ ነው የምንቆጥረው። በዚያውም ለወደፊቱ ትምህርት ይሆነናል፤ ያደፈ የለበሰ ሁሉ ከንቱ እንዳልሆነ እንረዳለን። የለም! እንዲህማ በቀላሉ እንላቀቅም። ብትፈልጉ ከመሀላችሁ መቆየት የሚችል ሰው ምረጡና ይሄ ቆሼ ስንለው የኖርነው ሰው ማን እንደሆነ ይንገረን። ኬት እንደመጣና ማን እንደሆነ በፍፁም አናውቅም። እንደቀልድ መጥቶ ተቀላቀለና ከኛው ጋር ኖረ። ‘የየት አገር ሰው ነህ?’ ስንለው ቅር ስለሚለው፣ እሱንም መጠየቅ ካቆምን ቆይተናል። ይሄ ሁሉ ህዝብ እንዲህ እንባውን ያፈሰሰለትን ሰው ማን እንደሆነ በቁሙ ባናውቀውም አሁን እንወቀው፤ንገሩን!” አሉ የአቢይ አባት ፤ እንደ ቁጣም እንደ

ፉከራም እየዳዳቸው። እማማ አፀደም የአቢይ አባት ሲናገሩ አብረው ይንቀራጠጡ ነበር፣ አካኪ ዘራፍ! ሊል እንደተዘጋጀ አርበኛ።

"እኔ መሄድ አለብኝ።" አለ አቶ ጥበበ፤ የተስፋዬ ጀግንነት በአንድና በሁለት ቀን ተወርቶ የሚያበቃ ጉዳይ አይደለም። ቢሆንም፣ አብራችሁት ኖራችኋልና አሁን ከምታውቁት የተሻለ ልታውቁት ይገባል። ጥቂቶቻችን ወደኋላ ቀርተን ታሪኩን እናጫውታችኋለን።" አላቸው። በሀሳብ የተስማሙ ሁለት የጋሼ ተሰፋየ ጓደኞች ቀሩና፣ ሌሎቹ በሙሉ እየተሰናበቱና እያመሰገኑ ወጥተው ሄዱ።

"በላይ እባላለሁ።" አለ ከቀሩት ሰዎች አንደኛው፣ "እኔ ደግሞ ነጋ እባላለሁ።" አለ ሁለተኛው፣ "ንገሩን ካላችሁ አጠር አርገን እንነግራችኋለን። ይሄ 'ተስፋዬ ቆሼ' ብላችሁ የቀበራችሁት ሰው ሙሉ ስሙ 'ካሳ ሁነኛ' ነው። የተወለደው ጎጃም ክፍለ ሀገር ደብረ ማርቆስ ከተማ ሲሆን፤ አሁን እናንተ የምታቁት ስም የተሰጠው በረሀ ውስጥ ነው።" "በረሀ! የምን በረሀ!!" አሉ የአቢይ አባት። "እንዲህ እንደሚያስደነግጣችሁ ስላወቅን ነበር ስለካሳ ማውራት ያልፈለግነው። እኛ እዚያ ተሰብስበን ያያችሁን ሰዎች በሙሉ በአንድ ወቅት ኢህአፓን ደግፈን ጫካ የነበርን ጓዶች ነን። ካሳ ደግሞ መሪያችን ነበር። ከማንኛችንም የበለጠ አስተዋይ፣ ቆራጥ፣ ደግ ከመሆኑም በላይ ተወዳዳሪ የሌለው ጀግና ሰው ነበር። ታዲያ ጫካ ያሳለፈው ጊዜ፣ የሞቱት ጓደኞቹ፣ የቆሙለት አላማ መፍረስ፣ በአንድነት ተደራርበው እሱነቱን ቀሙትና፣ ያ ቀና ብሎ ሲያይ ከፊቱ የቆሙትን ሁሉ ያንቀጠቅጡ የነበሩት አይኖቹና ቁመናው ለመጠጥ ተንበረከኩ፤ ለመጠጥ እጃቸውን ሰጡ። በጥይት የሞቱ ጓደኞቹን፣ ውሃ ሙላት የወሰደውን ወጣት፣

እረሀብና በሽታ የጨረሳቸው የትግል አጋሮቹን ሲያስብ መኖሩ ስለሚያስጠላው ይጠጣል። የሚጠጣው ግን፣ በውስጡ የታጀለውን ፅልመት ለማጥፋት እንጂ መጠጡን ወዶት አልነበረም። እኛ ያለፍንበትን የትግል ዘመን ወደ ጎን አስቀምጠን አዲስ ህይወት ጀምረናል። እሱ ግን ያን ማድረግ አልቻለም። እያንዳንዱን መስዋእት የሆነ ጓድ እያሰበ ሌት ተቀን ያነባል። ቆሞለት የነበረው አላማ፣ ራሱን ለመሰዋት ቆርጦ የተነሳለት አላማ፣ የታገለለት የቆሰለለትና የደማለት አላማ፣ የእልቂት መንሰኤ ሆኖ ለጨረሰው ህዝብ ያነባል፣ ልጆቻቸውን ላጡት ወላጆች ያነባል፣ ኢትዮጵያ ሀገሩ፣ ከገደል ላይ እንደተለቀቀች አሎሎ ሁሌ ወደታች መንከባለሏን እያዬ ያለቅሳል። ካሳ ወዶ አልነበረም የሚጠጣው፤ እንባውን ለመግታት ብሎ እንጂ።

ሲጠጣ የሜዳ ጓደኞቹን ያገኘ ይመስለውና ፋከራውን ይጀምራል። ከዚያም እራሱን እንደሳተ አልጋው ውስጥ ገብቶ ይተኛል። ሰው እንዲጠጋው አይፈልግም። የደረሰብንን ፈተና ሁሉ እሱ እኛ ላይ ያመጣው ስለሚመስለው ይሁን ወይንም እኛን ማየት ያንን ጊዜ ስለሚያስታውሰው፣ ሁላችንንም ‘አልፈልጋችሁም፤ አትድረሱብኝ!” አለን። ከመሀከላችን ውሳኔውን አልቀበልም ብሎ የሚያንገራግር ካለ፣ ‘ዋ ሰውዬ በጄ እንዳትጠፋ! ያሁኑን ሰውነቴን አይተህ፣ መሳሪያው እንዴት እንደሚተኮስ የጠፋብኝ እንዳይመስልህ።’ እያለ በማስፈራራት እያንዳንዳችንን አባረረን።” አለ በላይ፤ እንባውን በእጁ መዳፍ እየጠረገ። እማማ አስካለ “አይ ወላዲተ አምላክ! ለዚህ ኖሯል ለሁሉም ታዛዥና ተላላኪ የሆነው?” አሉ።

"ወቸ ጉድ!" አሉ የአቢይ አባት፤ እጅግ በጣም ተገርመው። "ለመሆኑ እናትና አባቱ በህይወት አሉ? የሰው ልጅ እንዴት እራሱን ከሰው ደብቆ ይኖራል!" "እናቱ ከሞቱ ቆይተዋል። ያኔ የከባዱ ጦርነት ጊዜ፣ ሞተ ብለው ቢያረዷቸው፣ ልባቸው ተሰብሮ ብዙም አልቆዩ፣ ወዲያው ነው ያረፉት።" "ሞተ ተብለው ሲረዱ!! እንዴ! እንዴት ነው ነገሩ፣ ተስፋዬ ሁለት ነፍስ አለው ልትለኝ ነው ወይስ ሞቶ ተነሳ ብለህ ልታወራ!" አሉ እማማ መንበረ፤ ቆጣ ብለው። "ቀልድ ነው መሰለኝ የያዛችሁት።" አሉ ቀጠሉና፤ ነገሩ እንዳልጣማቸው ለማሳየት የቀኝ እጃቸውን ወደኋላቸው አፈናጥረው። "የለም! የለም! እማማ፣ ቀልድ አይደለም። ባንድ ወቅት በጣም አደገኛ ጦርነት ገጥሞን ነበር። እናም ውጊያው ላይ ብዙ ጓዶች አለቁ፣ ብዙዎች ደግሞ ቆሰሉብን። ያን ዘመን የብዙ ወጣት ህይወት ጠፋ።" አለና አይኖቹ እንባ አቅረሩ። በኮቱ ጫፍ እንባውን ጠረገና፣ "ታዲያ ይሄ ጀግና እኔ መመታቴን አይቶ ሊያነሳኝ ሲመጣ፣ አንዴ ሳይሆን ሁለት ሶስቴ ተመቶ ወደቀ። ጦሩ ካፈገፈገ በኋላ የተረፍነውን በየህክምና ምሽጉ ሲያስገቡን የሞቱትን ደግሞ የዘለአለም አፈር አለበሷቸው። እጅግ በጣም የተጎዱትን እንደ ካሳ ያሉትን ቁስለኞች ወደ ደሴ፣ በጦር ሀኪም መረዳት የማይችሉትን ደግሞ ወደ ሱዳን ወሰድዋቸው። ብዙዎች በጉዞው ላይ አረፉ፤ የተረፉት ሱዳን ከገቡ በኋላ ህይወታቸው አለፈች። ለጉድ ያስቀመጠን ደግሞ ታክመን ተረፍን። ለኛ እና ለቤተሰቡ የደረሰን ዜና ካሳ በህክምና ላይ እያለ እንደ አረፈ የሚገልፅ ነበር። እናቱም መርዶዋቸውን ሰምተው በአንድ ልጃቸው ሞት ቅሰማቸው ተሰብሮ፣ በጥቂት ቀናት ውስጥ አረፉ።" ብሎ በላይ አፋቸውን ከፍተው ለሚያዳምጡት የሰፈር አዛውንት የተስፋዬን ጀግንነትና ማንነት ዘከዘከላቸው።

"ወይ አንቺ ማርያም! ጆሮ አይሰማው ጉድ የለም።" አሉ እማማ አስካለ። "አባቱስ?" አሉ፤ የአቢይ አባት። "አባቱ ባለፈው አመት ነው ያረፉት፣ እሳቸውም ቢሆኑ ግን፣ ልጃቸው በህይወት እንዳለ አያውቁም ነበር። እኛም ብንሆን አባቱ እስኪሞቱ ድረስ ካሳ በህይወት እንዳለ አናውቅም ነበር። ባለማወቃችን ነበር ፈልገን ልናገኘው ያልሞከርነው። የአባቱን መሞት ሰምቶ ለቀብር ሲመጣ አይተነው ነው በህይወት እንደነበረ ያወቅነው። መኖሩን ካወቅን በኋላ እንኳን ልንጠጋው ስንፈልግ እሱ አሻፈረኝ አለ። የሚኖርበትን እንድናውቅም አልፈለገም። የሞከሩትንም ሰወች በጣም ስለተጣላቸው ፈርተን ሸሸን። ለዚህ ነው አይታችሁን የማታውቁት።" እያለ በላይ ሚስጥሩን ሁሉ ገለፀላቸው።

"ወይ ወላዲተ አምላክ፣" አሉ የማንጠግቦሽ እናት። "ቆሞ እየሄደ፣ ከአባቱ ተደብቆ ይሄን ሁሉ ዘመን ኖረ ነው፤ የምትለኝ?" አሉ፤ እሳቸውም ሞተ ተብለው የተረዱትን ልጃቸውን አስበውና የተስፋ ብልጭታ በውስጣቸው ጭረው።

"አወን፣ ከዛ በፊት መኖሩን የማናውቀው ጓደኞቹ ተሰብሰበን አባቱን ልንቀብር ሄደን ስናየው የተሰማን ምን እንደነበረ መግለፅ አስቸጋሪ ነው። ደስታ፣ ሀዘን እና ንዴት፣ ሁሉም ባንድ ላይ ተቀላቅለው አንዣበቡብን። ከቀብሩ በኋላ ለምን እንዲህ አረግህ ብለን ስንጠይቀው። 'አሁንም እኮ ሞቻለሁ! መቆሜን አትዩ፤ ሰውን ሰው ሊያደርገው የሚችለው ምግባር በሙሉ ከውስጤ ሞቷል፤ ስለዚህ አባቴን እና ወዳጆቼን እራሴንም ጨምሮ ለምን በውሸት ተስፋ ላስደስታቸው! እንደዛው እንደሚያውቁኝ፣ እንደሚያስታውሱኝ፤ብቆይ ደስ ይለኛል። ጀግናው ልጄ ለቆመለት አላማ ሞተ እያለ አባቴ ቢኩራራብኝ ምን አለ፤

ለምን ይህችን ትንሽ ደስታ እንኳን ልንፈገው?› ብሎ መለሰልን።" አለ ነጋ፣ እርሱም እንደ ጓደኛው ሁሉ እንባውን እየጠረገ። "አይ የናት አንጀት! የልጇ ሞት አንሰፍስፎ ገደላት።" አሉ፣ የማንጠግቦሽ እናት። "ይሄ ሁሉ ተከማችቶ ነዋ ለመጠጥ የዳረገው። ታዲያ እኮ ሲጠጣ ቢውል ካፉ ክፉ ነገር አይወጣ!" አሉ እማማ አፀደ፤ ስካሩን ሳይሆን መልካም ጠባዩን እያሰቡ።

የተስፋዬን ማንነት ሳያውቁ፣ ሌሎች ያከብሩት፣ ይፈሩትና ያፈቅሩት እንደነበር ሳይገለፅላቸው፤ እንደ ልጅ ይልኩት እና እንዳሽከር እንጨት ያስፈልጡት የነበሩ የመንደሩ ሰዎች፣ ታላቅነቱንና ጀግንነቱን የሞተ ለት ተገነዘቡ። በዚያ የደም መፋሰስ ዘመን፣ ልጆቻችሁ ሞቱ ተብሎ መርዶ ያለሬሳ የመጣላቸው የሰፈር እናቶች የተስፋዬን ታሪክ ሲሰሙ፣ ምናልባት የነሱም ልጆች በህይወት ይኖራሉ የሚል የተስፋ ፅንስ በልባቸው ተፀነሰ።

"አጀብ ነው! ጉድ ነው! ታምር ነው!" አሉ፣ የአለማየሁ አባት፤ የሚያዳንቁበት ቅፅል እያጠራቸው። "ስንቱ አስገራሚ ታሪክ ከኋላው አግተልትሎ በየሰዉ ጓዳ ማንም ሳያውቀው በችግር ተቆራምዶ ይኖራል፤ እባካችሁ!" በረጅሙ አየሩን ተነፈሱና፣ ትንፋሻቸው ሲመለስላቸው አጀብ ማለታቸውን ቀጠሉ። "ስንቱን ጀግና አኮሰስነው! ስንቱን አዋቂ አረከስነው!" አሉ፤ ተስፋዬን እንዴት ይንቁትና ይጠየፉት እንደነበር አስታውሰው።

የተስፋዬን ቤት መጠበቁ፣ በውስጡ ያሉትንም መፅሀፎች እንደሚሆን የማድረጉ ሀላፊነት የወደቀው በአቢይ አባት ላይ ነበርና፣ ቤቱን ሊቆልፉ ወደዚያው አመሩ። "በየመንገዱ የሚንገላወድ ሰካራም የሚጠጣው፣ለካስ ህብረሰቡ የጣለበትን

በሽታ ለማስታመም ኖሯል! ውስጣዊ አካሉን የሚመዘምዘውን ነብረሰባዊ ቁስል ለማስታገስ እንደሚጠጣ ዛሬ ነው የገባኝ።" እንዲያ እያሉ፣ ራሳቸውን እየወቀሱ፣ ከተስፋዬ ቤተ ዘራፍ ደረሱ። ቁልፉን ከሱሪ ኪሳቸው አወጡና መዝጊያውን ቆለፉት። ወደቤታቸው መራመድ ከጀመሩ በኋላ የተስፋዬ ቆሼን ቤት አንዴ ዞር ብለው ተመለከቱና "ደህና ሁን ጀግናው!" ብለው ተሰናበቱት።

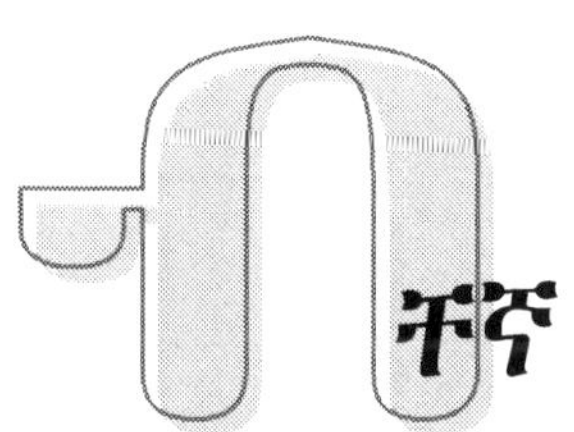

ችኛ

ሀይማኖት ብቻዋን ቁጭ ብላ በሀሳብ ባህር ውስጥ ትዋኛለች። ከራሷ ጋር ያለውን ሙግት መግታት አቅቷት፣ "ይሁን"፣ "አይሁን" ስትል ቀናት ሳይሆን ወራት አልፈዋል። "ሞኝ ከጠበቃው ይደብቃል!" አሉ አለች፣ ለራሷ። ለማንም ሰው ሳትናገር በልቧ ያቆየችውን ሚስጥር አሰበችና። "የባል ጥሩነቱ ባታወራ ሚስቱ" ይባል የለ! "ይሄን ሁሉ ዘመን በሆዴ አምቄ የያዝኩትን ጉድ አሁን አውጥቼ ብዘከዝከው እውነት ነው ብሎ ማን ይቀበለኛል? እኔ የሱን ጉድ ደብቄ እየተቃጠልኩ፣ እሱ ባደባባይ 'ጨዋ ሰው! ደግ ሰው!' ሲባል ኖረ። ይሄንን ማንም ሊያምን አይችልም! እኔም ብሆን ሌላ ሰው እንዲህ አደረገሁ ቢለኝ ውሸታምነቱን መታዘቤ አይቀርም። ምነው ለዘመዶቼ ወይም ለጓደኞቼ ገና ከጅምሩ ተናግሬ ቢሆን ኖሮ፣ መፍትሄ ሊፈልጉለት፣ መፍትሄም ሊያገኙለት ይችሉ ነበር።" አለች፣ ሚስጥሯን ከሌሎች ደብቃ መኖሯን እያሰበች። "ያለፈው አለፈ፣ 'እስቲ ይሄንን ልሞክር፣ ይሄንን በዚህ መልክ ልየው።' እያልኩ ያጠፋሁትን ጊዜ እያሰብኩ መኖር አልችልም። እስካሁን በውሳኔዬ እርግጠኛ ስላልነበርኩ ምንም ማድረግ አልቻልኩም ነበር። አሁን ግን እርግጠኛ ነኝ።" ብላ ከሀሳብ እንደባነነ ሰው ከተቀመጠችበት ብድግ አለች።

የውሳኔዋ እርግጠኝነት የልቧን መረበሽ አልረታውም። አቋምዋ፣ "ወደኋላ መመለስ የለም!" ቢላትም፣ ሰውነትዋ

በብዙ መልኩ ይፈታተናት ጀመር። "እማዬ!" አለች፤ ሳታስበው፣ "ይህንን ከምታይ መሞትን ሳትመርጥ አትቀርም።" የሚል ሀሳብ በአእምሮዋ ሰረፀ። "የሳቸውን እና የሷን ኑሮ እያሰበች ለእናቷ እጂግ አርጋ አዘነች። በዚህ እድሜዋ እንዲህ አይነቱን ነገር እንድታይ ማድረጌ እኔን እንደ ክፉ ሰው ያስቆጥረኝ ይሆን?" አለች፣ በአእምሮዋ የሰረፀው ሀሳብ ከቁርጠኝነት ይልቅ ወደ ጥርጣሬ እየጎተታት። "ምንም ቢሆን እናቴ ናት። 'እየከፋሽ ኑሪ' ብላ አትፈርድብኝም። ሁሉን ግልፅ አድርጌ ስነግራት ትበረታለች፤ ምንም አትሆንም።" አለችና ሃሳቧን ሰበሰበች። " 'ጎሽ ለልጅዋ ስትል ትዋጋለች።' ይባላል። ይሄ ሁሉ ጭንቀቴ ልጆቼ የማይሆን ነገር አይተው፣ መልካምና ቀና ነገር መስሎዋቸው እንዳይከተሉትና ህይወታቸውን እንዳያበላሹ ስል ነው። ስለዚህ በውሳኔዬ መፅናት አለብኝ።" ብላ ራሷን አረጋጋች።

ጓደኞችዋን እያንዳዳቸውን እያሰበች፣ ውሳኔዋን ሲሰሙ ምን እንደሚሉ በሀሳብዋ ታመላልስ ጀመር። "እኔ እምለው፣ አብደሻል እንዴ!" የሚለው የሄለን ድምፅ እጆሮዋ ውስጥ አስተጋባ። የኤልሳ ዝምታ ሰውነቷን ሲጫናት፣ አመለካከቷ ደግሞ ውስጧን ሲቦረቡራት በአይነ ህሊናዋ ታያት።

ብሌን በተራዋ፣ "ፀበል የሚወስድሽ ነው ያጣሽው። እኔ ልቸገርልሽ።" እያለች ትቀልድና፣ መለስ ብላ ደግሞ፣ "ይሄ የጤነኛ ሰው ውሳኔ አይደለም።" ስትላት ተሰማት። "ምንም አይደለም።" አለች፤ እራሷን በማፅናናት፣ "እኔም ከነሱ የሚመጣውን መቻል አያቅተኝም። ለነገሩ ጥፋቱ የኔ ነው። አብረን አድገን አብረን እያለን፣ ለልጅነት ጓደኞቼ እንኳን ፍንጭ አለመስጠቴ..." ብላ ተከዘች። ሁሉንም ነገር ስቃ እያሳለፈች፣ ህይወትዋ የተስተካከለ፣ ምንም ያልጎደለባትና

ተደስታ የምትኖር ማስመሰል በመቻልዋ፣ በራሷ ባህሪ እየተገረመች፣ "መቼም ጥሩ አክተር መሆን አለብኝ፤ አንዳቸውም እንኳን 'ምን ሆነሻል?' ብለው ጠይቀውኝ አያውቁም።" አለች፤ ባደረገችው ውሳኔ ሁሉም እንደማይስማሙ ስለምታውቅ፣ ለሚወረውሩባት ጥያቄ ሁሉ መልስ ለመስጠት እየተዘጋጀች። "መቼም አያምኑኝም! ላያናግሩኝም ይችላሉ፤ ግን ጊዜ ይፈታዋል።" ብላ የጓደኞቿን ነገር በዚሁ ደመደመች።

ሀይማኖት፣ ውሳኔዋን ለመተግበር እቅድ ካወጣች ሰንብታለች። ቅደም ተከተሉ እና አጀማመሩ ለትንሽ ጊዜ አደናግሮዋት ነበር፤ በመጨረሻ ግን የመጀመሪያ ስራዋ መኖሪያ ቤት ፈልጎ ማግኘት እንደሆነ ወስና ስራዋን ጀመረች። ቤት ፍለጋዋ ያላሰበችው የመንፈስ መረበሽ እና ያልጠበቀችው ትዝታ ይዞ መጣ። መጀመሪያ የትዳር ኑሮ ከይሄይስ ጋር አሀዱ ብላ ስትጀምር ተያይዘው የሚከራይ ቤት ፍለጋ የወጡበትን ቀን አስታወሳት። ያኔ ውስጧዋ የነበረውን ደስታ አሁን ካለው ሀዘኗ ጋር ማወዳደርም ሆነ ማነፃፀር ስላልፈለገች ያንን ውብ ቀን በህሊናዋ እየተመለከተች ቤት ፍለጋዋን ተያያዘችው። ትዝታው ግን ከአመታት በፊት ከምትወደው ባልዋ፣ ከይሄይስ ጋር የመጀመሪያ ቤታቸውን ሲፈልጉ የነበራቸውን ፍቅር አስታወሳት። የሳቁት ሳቅ፣ የመከሩት ምክር ሁሉ ትዝ አላት። መጀመሪያ የተከራይዋትን ቤት ጥበት፣ በውስጧም ያሳለፉትን የፍቅር ጊዜ ትናንት እንደሆነ ሁሉ ታሰባት።

መጀመሪያ የገዙት ቤት ከተከራዩት ቤት ከፍ ቢልም ትልቅ የሚሰኝ አልነበረም። ኑሮአቸውን አብረው ሲጀምሩ ለየራሳቸው የገቡትን ቃል ኪዳን እያስታወሰች አነባች። "ምን አለበት እዛችው ትንሽ ቤት ውስጥ እንደተፋቀርን፣

እንደተከባበርን፣ ሰው እንደቀናብን ብንኖር ኖሮ!” አለች፤ የቤታቸው ትንሽነት ምንም ሳያስጨንቀቻው ለቤት ማስመረቂያ የጠሩት ሰው ብዛት፣ የተዘፈነው ዘፈን፣ የተጠጣው ሻንፓኝ ሳይቀር ትዝ አላትና። “ይገርማል፣ ጊዜ ሲለወጥ።” አለች በህሊናዋ፤ አሁን የምትኖርበትን ቤት ትልቅነት ከመጀመሪያ ቤትዋ ጋር በሁሉም መልኩ እያወዳደረች። ትልቅ ቤት የደስታ ምንጭ አለመሆኑን ለሰው ሁሉ ብትነግር እንዴት ደስ ባላት ነበር።

አሁን ተመልሳ ቤት ልትከራይ ነው። ኑሮን እንደገና ልትጀምር ነው፤ ለዛውም ለብቻዋ። ያለ ምንም ችግር ሶስት ወይ አራት ቤተሰብ አንድ ላይ ሊያሰተናግድ የሚችለውን ትልቁን ቤትዋን ትታው ልትወጣ ነው። ከሁሉም በላይ ያስጨነቃት ግን፣ ከአመታት በኋላ ትዳሯን ትታ ብቸኛ ልትሆን ነው።

ሀይማኖት ለሶስት ወር ያህል ከስራና ልጆችዋን ከመንከባከብ በሚተርፏት ሰአቶች ውስጥ ቤት ስትፈልግ ቆይታ በመጨረሻው የሚመጥናት አንድ ቤት አገኘች። ያገኘችው ቤት አሁን ካለችበት በምንም መልኩ ሊወዳደር ባይችልም፣ በጣም ንፁህ ስለሆነ ወደደችው። ሰፈሩ በጣም ሰላማዊ ነበር። እሷም ሆነች ልጆችዋ እንደልባቸው መግባት መውጣት መቻላቸውን ስታውቅ ተደሰተች። የአካባቢው ትምህርት ቤት ለምትኖርበት ከተማ ቁንጮ ስለሆነ ልጆችዋ ከቀድሞው ትምህርት ቤታቸው ያላነሰ ትምህርት ቤት ማግኘታቸው ደስ አሰኛት።

የቤት ክራይ እና ሌላው ወጭ ከአቅሟ በላይ ሆኖ እንዳያስቸግራት በጣም ተጠንቅቃ ነው ቤቱን የመረጠችው። ውሉን ተፈራርማ ስትጨርስ፣ ልቦናዋ በሀዘን ቢሞላም፣

የእረፍት ስሜት ሰፈነባትና፣ ዳገት ወጥታ እንደጨረሰች መንገዩኛ ሁሉ በረጅሙ ተነፈሰች። ልጆችዋን አሁን ያሉበት ትምህርት ቤት ከፍላ ልታስተምር እንደማትችል በደንብ ታውቃለች። በአባታቸው ላይ መተማመን ደግሞ በፍፁም አልተዋጠላትም። እንዲያውም፣ ቤትዋን ለቃ ለመውጣት ካስገደዷት ምክንያቶች አንዱ ይሄው ነበር።

የሚቀጥለውን የእቅዷን ምእራፍ ለመጀመር ልጆችዋን ምን እንደምታደርጋቸው ማሰብ ነበረባት። ትምህርት ቤት በቅርብ ቀን ይዘጋል። ልጆቹ እቤት ከቆዩ የምታደርገውን እያዩ አብረዋት ሊጨነቁ እና የሷን ፈተና አብረው ሊፈተኑ እንደሚችሉ ገባት። ከፈተናውም በላይ፣ በጥያቄ ብዛት ወጥረው ስለሚይዟት፣ ልትሰራ ያሰበችውን ያደናቅፉብኛል ብላ ፈራች። ስራዋን በቀላሉ መስራት እንድትችል ልጆቿን ወደ ወንድምዋ ልትልካቸው አስባ ነበር። ሆኖም፣ ሀሳብዋን ሳትቋጭ ወንድምዋጋ መላክ እንደማትችል ታያት። ለአመታት፣ ትምህርት ቤት በተዘጋ ቁጥር፣ "ልጆቹን ላኪያቸው፣ ከኔ ልጆች ጋር አብረው ይደጉ፣ ይተዋወቁ።" ሲላት፣ አንዴ ዋና አንዴ ቴንስ እየተማሩ ነው እያለች በሆነ ባልሆነው ሰበብ ስላስቀረቻቸው፣ "ዘንድሮ ምን ተገኝቶ ላክሻቸው?" እንደሚላት እርግጠኛ ነበረች። ለጥያቄው እውነተኛ መልስ መስጠት እንዳለበት አውቃ፣ "መስማቱ አይቀር ብነግረው ምናለበት" የሚል ሀሳብ ቢመጣላትም እውነቱን መናገር የሚያመጣውን ግርግር በማሰብ ልጆችዋን ሌላ ቦታ ለመላክ ወሰነች።

ሀይማኖት የባሏን እምቢታ ለመሸፈን፣ "የኔ ልጆች ናቸው እሱ ቤት ሄደው የሚከርሙት!" እያለ መደንፋቱን ከወንድሟ ለመሸፈን ትዋሽ ነበር። ግን፣ በባሏ እና በወንድሟ መሀከል ሰላም ለመፍጠር ብላ የዋሸችውን ውሸት ዛሬ ጠላችው።

ትምህርት ቤት ሊዘጋ የቀረው አንድ ሳምንት ነው። ሌላ ጊዜ ቢሆን ኤርሚያስና ዳዊት ሳመራቸውን ምን ሲያደርጉ እንደሚያሳልፉ ተነግሮአቸው ወይ ተደስተው ወይ ደግሞ ተናደው ሲደባደቡ ነበር። አሁን ግን "Mom what are we doing this summer?" ለሚለው ጥያቄ መልሷ "እያሰብኩበት ነው።" ብቻ ሆኖባቸው ግራ ተጋብተዋል። ቀኑ በቀረበ ቁጥር ምናልባት ዘንድሮ እቤት ልንከርም ይሆናል ብለው፣ ተስፋ ቆርጠው፣ መጠየቅም አቁመዋል። እሁድ ጧት ወደ ቤተ ክርስቲያን ለመሄድ እየተዘጋጁ ሀይማኖት "ልጆችዬ በዚህ ሳመር ካምፒንግ ብትሄዱ ምን ይመስላችኋል?" ብላ ጠየቀቻቸው። "whatever mom." አለ ዳዊት፣ ጠይቆ ጠይቆ መልስ ባለማግኘቱ ተስፋ ቆርጦ፣ እረፍታቸውን ከቤት እንደሚያሳልፉት ልቡ ተቀብሎት ነበርና። "እውነቴን ነው እኮ!" አለች፣ ሀይማኖት። "ድሮ ካምፒንግ እንሂድ ስትሉ የምፈራው ትንንሽ ልጆች ስለነበራችሁ ነው።" አለችና ቀጥላ የምትናገረውን እንደምታስብ ሁሉ ዝም አለች። እውነትም አላት፣ የመኖር ተስፋዎች፣ ቆማ የመሄዷ ምልክቶች፣ ሁሉን ነገር የመቻያዋ ሰበቦች፣ እንባዋን አድራቂዎቿ ልጆቿ ስለሆኑ ለሴኮንድ እንኳን ከጎኗ እንዲለዩ አትሻም። ሀይማኖት ከነበረችበት የሀሳብ ሰመመን ባነነችና "አሁን ግን አድጋችኋል። ስለዚህ አብራችሁ እስከሆናችሁ ድረስ የሚያስፈራኝ ነገር የለም። እንዲያውም እንደማታምኑኝ ስላወቅሁ የብዙ ካምፖች ማስታዎቂያ ሰብስቤ አምጥቼላችኋለሁና ከነዚህ ውስጥ አንዱን መምረጥ ትችላላችሁ።" ብላ የለቀመችውን ብሮሸሮች ዘርገፈችላቸው። "wow! Mom. እውነትሽን ነው?" አለ፣ ዳዊት፣ አማርኛ ሲናገር ኮልተፍ በሚለው አፉ። "አወን እውነቴን ነው የኔ

ፍቅር፣ ግን የምትመርጡት ቦታ ሶስት ህጎችን መከተል አለበት።" አለች፤ ፈርጠም ብላ። "What is new mom, we know there is always this ህግ thing with you." አለ፤ ኤርሚያስ፣ ህግዋን ለመስማት እየቸኮለ። "ህጉ አለች፤ ሀይማኖት፣ አንደኛ፣ የምትመርጡት ቦታ ሁለታችሁም አብራችሁ የምትሆኑበት መሆን አለበት። ሁለተኛ፣ ትምርት ቤት በተዘጋ በሳምንቱ ሄዳችሁ ሊከፈት ሁለት ሳምንት ሲቀረው መመለስ መቻል አለባችሁ። "ሶስት" አሉ፤ ዳዊትና ኤርሚያስ፣ የመጀመሪያው ሁለቱ ስላልከበዳቸው ምናልባት ሶስተኛው ላይ የሚያስቀር ነገር የምትናገር መስሎአቸው። "ሶስትኛ፣ የምትመርጡት ካንፕ በመጠኑም ቢሆን ትምህርት ሰጪ መሆን አለበት። ተነጋገሩበትና የምትፈልጉትን ንገሩኝ።" አለች፣ በውስጥዋ ሲመለሱ የሚጠብቃቸው ጉዳይ ከመከሰቱ በፊት ትንሽ የመዝናኛ ጊዜ የሰጠቻቸው ስለመሰላት። በዛም አነሰም፣ "አለምን ለብቻቸው መጋፈጥ ካለባቸው ከዚህ ይጀምሩ።" አለች፣ እርስ በራሳቸው መደጋገፍ መማራቸው ለችግራቸው ሁሉ መፍትሄ ይሆናል የሚል እምነት ስለሰፈነባት። ኤርሚያስ እና ዳዊት በሰሙት ነገር በጣም ተደስተው ሄደው ተጠመጠሙባት። "You are the best mom." አሉ፤ ሁለቱም ባንድነት። ለብዙ ጊዜ ሲለምኑ ያልተፈቀደላቸውን ነገር በማግኘታቸው በጣም ተደሰቱ።

ልጆቿን ካምፕ አስገብታ ስትመለስ እነሱ እስኪመጡ ድረስ ብዙ ስራ መስራትና አዲስ የህይወት ምእራፍ መጀመር እንደምትችል እያሰበች ለጥቂት ሰአት ተደሰተች።

ኤርሚያስና ዳዊትን ወደ ካምፕ ከሸኘች በኋላ ሀይማኖት የሚቀጥለውን ስራዋን በጥንቃቄ መስራት ጀመረች። ለእያንዳንዱ እርምጃ ጥያቄ የማያስነሳ እቅድ ስላላት፣ ከየት

እንደምትጀምር መወሰኑ አላስቸገራትም። ልጆችዋ እቤት ስለሌሉ ከነሱ ክፍል ጀመረች። ይሄይስ፣ እንኳን ልጆቹ ሳይኖሩ እያሉም ወደነሱ ክፍል ስለማይገባ፣ ክፍሉ እቃ ይኑርበት ወይም አይኑርበት እንደማይገነዘብ በደንብ ታውቃለች። ወደ ሌሎች ክፍሎች ስትገባ ግን፣ አይቶ ድንገት ሊያጣው ይችላል ብላ ያሰበችውን ነገር ሁሉ እስከመጨረሻው ቀን አቆየችው። የቤት እቃዎችዋን ወደተከራየችው ቤት ማዘዋወሩ እንደ አሰበችው ቀላል ስራ አልሆነም። አንዳንዶቹ ትታቸው ልትሄድ ያልፈለገቻቸው እቃዎች፣ ለሰርግዋ የመጡላት ስጦታዎችና ከይሄይስ ጋር በፍቅር የገዙዋቸው፣ በፍቅር ተንከባክበው እስከ አሁን ያቆዩዋቸው ነበሩ። እነዚህ የስጦታና የፍቅር እቃዎች ማስታወስ የማትፈልገውን ጊዜ እንደትናንት እያቀረቡ መንፈሷን አወኩት። መተንፈስ እስኪያቅታት ድረስ ከህሊናዋ ጋር ተሟገተች። የሰርግዋን ቀን እያስታወሰች የተመረቀችው ምርቃት ሁሉ እርግማን ሆኖ ተሰማት። በሰርግዋ ማግስት በሳቅና በደስታ የከፈተቻቸውን ስጦታዎች በእንባ መልሳ ስታሽጋቸው አንድ ሚች ዘመድ ሊቀብርላት የሚችል እንባ ብቻዋን አነባች።

ልጆችዋ ከሄዱበት ሊመለሱ አንድ ሳምንት ቀራቸው። ይሄይስም እንደልማዱ ለስራ ጉዳይ ከከተማ ውጭ ሄዶ ነበር። ማንም ሰው እቤት ውስጥ ባለመኖሩ ያለ ምንም ጥያቄ እና ስጋት ልታከናውን ያሰበቻውን ሁሉ ባቀደችው ሰአትና ሁኔታ ፈፀመችው። ልጆችዋ ከባልዋ ቀድመው መመለሳቸው አስደሰታት። ካባታቸው ሁለት ቀን ቀድመው ስለሚመጡ፣ ልትነግራቸው ያሰበችውን ሁሉ ለመንገር ጊዜ ማግኘቷ ጥሩ አጋጣሚ ሆነላት። “ሁሉን ነገር ዘርዝሬ አስረድቼ፣ ሲያለቅሱ አልቅሼ፣ ሲናደዱ ተናድጄ፣ ከአረጋጋኋቸው በኋላ ይሄይስ

ቢመጣ ምንም አይደለም።” ብላ አሰበች። ቀጥሎም ጉዳዩን መጀመሪያ ለባሏ፣ ከዚያ በኋላ ደግሞ ለወንድም እና ለእናቷ፣ በመጨረሻም ለጓደኞቿ ለመንገር አሰበች። ማንም ሰው በምንም መልኩ ሀሳብዋን እንድትለውጥ እንዳይጠይቃት፣ መጀመሪያ ለባሏ መናገርን መረጠች። የምትሰጣቸው ጊዜም በጣም አጭር ስለሚሆን፣ በምንም ተአምር ወትውተው ሀሳቧን እንደማያስለውጧት እርግጠኛ በመሆን እቅዷን ደርድራ ጨረሰች።

ኤርሚያስ እና ዳዊት ከካንፒግ የሚመለሱበት ቀን ነበር። ሀይማኖት ሀሳቧን እንዴት ብላ እንደምትነግራቸው እያሰበች ነበርና ጭንቀት ሰውነቷን ወረረው። ልጆችዋን ለመቀበል ሁለት ሰአት ተኩል ስትነዳ፣ አእምሮዋ ልጆችዋን እንጂ ሌላ ማሰብ አልቻለም ነበር። ህሊናዋ ልጆችዋን ለዚህ አይነት ችግር ማጋለጥ እንዳልነበረባት ሲነግራት ይውልና፣ መለስ ብሎ ልጆቹ በሷና በአባታቸው የጭቅጭቅ አለም ውስጥ ተጠምደው ማደግ እንደሌለባቸው የሚያሳምን ክርክሩን ያቀርብላታል። እሷም ከሀሳቧ ጋር እየታገለች፣ ድርጊቷም ትክክል መሆኑን እራሷን በራሷ እያሳመነች የምትሄድበት ቦታ ደረሰች።

ኤርሚያስና ዳዊት መኪናዋን ሲያዩ ተሯሩጠው መጡና ተጠመጠሙባት። በየቀኑ በስልክ ብታወራቸውም፣ ካየቻቸው ሁለት ወር ተኩል ሆኗት ነበርና ልጆችዋ አድገው ጠበቋት። ምክንያቱ ደስታ ይሁን ሆድ መባስ ባታውቀውም፣ ሀይማኖት አይንዋን እንባ ሞላው። ወደቤት ሲመለሱ፣ ልጆችዋ መንገዱን ሙሉ እየተቀባበሉ ስለ ቆይታቸው አወሩላት። ያዩት፣ ያስደስታቸው፣ ያስደነገጣቸው፣ የበሉት ምግብ እንኳን አልቀረም፤ ለእናታቸው ሲያወሩ። ሀይማኖት ግን፣ ችግሯን እንዴት እንደምትነግራቸው እንጂ፣ የነሱን ወሬ አታዳምጥም

ነበር። ብቻ አንዳንዴ፣ በሀሳቧ ከእነሱ ተለይታ ሌላ አለም ውስጥ መግባቷን እንዳያውቁባት፣ ዞር ብላ ታያቸውና ረገግ ትላለች። መድረስ አይቀርም እቤት ደረሱ።

በር ከፍተው እንደገቡ ተሯሩጠው ወደ መኝታቤታቸው ሄዱ፤ ለካስ እነሱም እንደ አባታቸው ቤቱ መለወጡ አልታያቸውም። አልጋቸውንና ለሁለት ወር ተኩል የተለይዋቸውን መጫወቻዎች ፍለጋ ጀመሩ። መጫወቻዎቹ ግን የመኝታ ክፍላቸው ውስጥ አልነበሩም። ሁለቱም በአንድነት ወጥተው፣ “mom! we are robbed mom!” ብለው ጮሁ። እናታቸው ድንጋጤ ወይም ጭንቀት እንደማይታይባት ያስተዋለው ዳዊት “mom! call the police!” አለ፤ በድንጋጤ ወደሷ እየተንደረደረ።

እሷም፣ “ዳዊትዬ፣ ሌባ አልገባም ግን ወንድምህን ጥራውና ኑ፣ የምነግራችሁ ነገር አለ።” አለችው። ወንድማማቾቹ ምንም ክፉ ነገር ይመጣል ብለው ባለማሰብ፣ እንደ ወትሮዋቸው እየተደባደቡና እየተቃለዱ እናታቸውጋ ደረሱ። “ልጆችዬ!” አለች፤ ሀይማኖት፣ በቁም ነገር ልታዋራቸው ስትፈልግ ሁሌም እንደምትጠራቸው። ልነግራችሁ የፈለግሁት ነገር አለ። ላትወዱት ትችሉ ይሆናል፤ መንገር ስላለብኝ ግን እነግራችኋለሁ።” አለችና፣ ቃላቷን ለመምረጥ በውስጧ ትግል ጀመረች።

እቅዷ፣ ቤት አስገብታ፣ የሚወዱትን ምግብ አብልታ፣ ትንሽ ካረፉ በኋላ ነበር ልትነግራቸው ያሰበችው። ልጆቹ ግን ያላሰበችውን በር ከፈቱላት። ወንድማማቾቹ ግራ ተጋብተው ነበርና እርስ በራሳቸው ተያዩ። ሆኖም፣ መተያዬታቸው የገለፀላቸው አዲስ ነገር አልነበረምና፣ የእናታቸውን ቃል መጠበቅ ጀመሩ።

በመጨረሻም፣ ሀይማኖት በረጅሙ ተነፈሰችና፣ "ሌባ አይደለም፤ እቃውን የወሰዱኩት እኔው ነኝ።" አለቻቸው። ሁለቱም በመገረም አይን አይዋት።

"Are we getting new stuff?" አለ ዳዊት፤ በጣም ተደስቶ።

"አይ!" አለች ሀይማኖት፣ አሁንም ቃሎቿን ከአንደበትዋ ለማውጣት እየታገለች። "ሌላ ቤት ልንገባ ነው። እዚህ ቤት የምናድረው ዛሬና ነገን ብቻ ነው። ከዚያ አዲሱ ቤት እንገባለን፤ ለዚህ ነው እቃውን ወደዚያ የወስድኩት።" አለቻቸው። የልጅነት አእምሮ ሊያስበው በሚችለው መንገድ አሰበው፣

"We got a new house!" አሉ በአንድነት። እናትና አባታቸው ሌላ ቤት የገዙ መሰሏቸው፣ ከነበሩበት የተሻለ አዲስ ቤት ውስጥ ለመኖር ጓጉተው። ቢሆንም ቤታቸውን የሚለቁበት ቀን መፍጠኑ ደስ ስላላሰኛቸው፣

"Why a new house, mom? what about our friends here, mom? Where are we moving anyways?" ማለት ጀመሩ።

"እሩቅ አንሄድም። እዚሁ አካባቢ ነው፣ የምንኖረው። ከጓደኞቻችሁም ብዙ አትርቁም። ትምህርት ቤት ብትቀይሩም ከትምህርት ቤት መልስ መገናኘት ትችላላችሁ። ቤት ግን አልገዛንም፤ ከዚህ ያነሰ ቤት ተከራይተን ነው የምንገባው። የምንሄደውም ብቻችንን ነው፤ አባታችሁ ከኛ ጋር አይመጣም።" አለችና፣ እንደአጀማመሯ ሁሉ አሁንም በረጅሙ ተነፈሰች።

"Why? what happened? What is going on, mom?" ተራ በተራ ጠየቁ።

"ለሁሉም ጥያቄ መልስ እሰጣቸኋለሁ። በመጀመሪያ ግን አንድ ነገር ልንገራችሁ።" አለች፤ ሀይማኖት። "እኔም ሆንኩ አባታችሁ፣ በጣም እንወዳችኋለን። የኛ መለያየት ለእናንተ ያለንን ፍቅር ይቺን ያህል አይለውጠውም።" አለች፤ የቀለበትና የአውራ ጣቶች ጥፍሮቿን እነካክታ።

ኤርሚያስ፣ በሁለት እጆቹ ራሱን ይዞ፣ "No! No! mom, No!" ብሎ ሲጮህ፣ ሀይማኖት የጀመረችውን ሀሳብ እንኳን በቅጡ አልጨረሰችም ነበር። ዳዊትም ፍጥጥ ብሎ እያያት፣ "you are getting a divorce?" አለ አይኑን አፍጦ። ለትንሽ ደቂቃወች መልስ መስጠት ቢያውካትም፣ የማታመልጠው እውነት ስለሆነ አባታቸውን እንደምትፈታው ነገረቻቸው።

ኤርሚያስ ምንም አልተናገርም፤ ለመናገርም ፍላጐት ያለው አይመስልም። ብቻ፣ ምንጭር፣ ምንጭር እያለ ሄዶ ከመኝታ ክፍሉ ገባና በሩን ዘጋው። ሆኖም፣ አዝኖ ይሁን ወይም ተናዶ ለማወቅ ያስቸግር ነበር።

ዳዊት ለኤርሚያስ የሁለት አመት ታላቁ ነው። ያም ሆኖ ግን፣ ዳዊት ከእድሜው በላይ የበሰለ ልጅ ነውና ብዙ ነገሮችን ያስተውላል።

መጀመሪያ፣ "mom are you okay?" ብሎ ጠየቀ። ቀና ብላ ሳታየው በአወንታ እራሷን ነቀነቀች። ቀጥሎ ምን ሊናገር ይሆን ብላ ስትጠብቅ፣ "mom it is ok that you want to do this. It is about time." አላት። ያልጠበቀችው መልስ በመስማትዋ በጣም ደነገጠችና ቀና ብላ አየችው። "ዳዊትዬ" ብላ መናገር ስትጀምር አቋረጣትና፣ "I know about everything. I am just happy you finally got it together." ብሎ ትቷት ሄደ።

ሀይማኖት የልጇ ሁሉን አውቃለሁ ማለት አስደነቃት። በተቻላት መጠን ሁሉ፣ ለነሱ ችግሯን ላለማሳወቅ ሁሌም ትጥራለች። ሲበዛባትና እነሱ ፊት ከይሄይስ ጋር መነጋገር ሲኖርባት እንኳን፣ የምትናገራቸውን ቃሎች ተጠንቅቃ ነበር የምትመርጣቸው። ሁሉን ነገር አውቃለሁ ማስደነቅ ብቻ ሳይሆን አስደነገጣትም። የዘመኑ ልጆች ምን የማያውቁት ነገር አለ! ያዩ ሳይመስሉ ያያሉ፣ የሰሙም ሳይመስሉ ይሰማሉ።

ልጆችዋ ምንም አይነት የመደንገጥ ወይም የመጨነቅ ስሜት ስላላሳይዋት እጅግ ገረማት። የኤርሚያስ ዝምታ ግን፣ አስጨንቋት አመሸች።

ወንድማማቾቹ ከናትና ካባታቸው ተለይተው ያሳለፉት ሁለት ወር ተኩል የበለጠ አቀራርቧቸዋል። እሷም የፈለገችው ይሄንን ነበርና ደስ አላት። የሚወዱትን ምግብ አዘጋጅታ እራት እየበሉ ነበርና፣ ደግማ ደጋግማ ውሳኔዋን አስረዳቻቸው። ዳዊት ለጠየቃት ጥያቄ ሁሉ እውነቱን ምንም ሳትደብቅ ነገረችው። ኤርሚያስ ግን፣ ምን ሀሳብ እንደገባው እንጃ፣ መስማት እንጂ መናገር አቁሟል። ጭንቅላቱን አንዴ በግራ አንዴ ደግሞ በቀኝ እጁ መዳፍ ላይ እያሳረፈ፣ የወንድሙን ጥያቄና የእናቱን መልስ ከማዳመጥ በስተቀር ቃል አልተነፈሰም።

ሀይማኖት ልጆችዋን እንደምትወዳቸው፣ እሷ ብቻ ሳትሆን አባታቸውም በጣም እንደሚወዳቸው በብዙ መንገድ ነገረቻቸው። “እኔና እሱ አልተስማማንም እንጂ ለናንተ መልካም አባት ነው። ይሄን እንዳትረሱ፣ አደራ።” ብላ መከረቻቸው። ራታቸውን ከበሉ በኋላ ኤርምያስ እና ዳዊት ተያይዘው ወደ መኝታቤታቸው ሄዱ። የመኝታ ቤታቸው በራፍ በንዴት ተወርውሮ ሲዘጋ ሰማችና በጣም አዘነች።

አርብ ማታ እኩለ ሌሊት አካባቢ የቤት በር ሲከፈት ሰማች። ይሄይስ፣ በዚህ ሰአት ሲገባ መብራት እንኳን ስለማያበራ፣ ምንም ነገር ልብ ብሎ እንደማያይ ስለምታውቅ ተጠቅላ ተኛች። ሌሊቱን በሙሉ ነገ ጠዋት እንዴት ብላ ነገሩን እንደምትጀምር ስታስብ አደረች። አይነጋ የለም ነጋ፤ ሀሳብዋ ግን አሁንም አልተቋረጠም። ታስባለች፤ ተጨንቃለች፤ ልብዋ በአፍዋ በሮ ለመውጣት የፈለገ ይመስል ያለ መጠን ይመታል። ጭንቀቷ እንዴት ብላ ልጆቿ ባሉበት ቤት ውስጥ ከባሏ ጋር እንደምትነጋገር ብቻ ሳይሆን ምን ሊሰማቸው እንደሚችል መገመት ባለመቻልዋ ነበር። ኤርሚያስና ዳዊት ከነገረቻቸው ጊዜ ጀምሮ ከአፋቸው የሚወጡት ቃላት ውሱን በመሆናቸው እጅግ በጣም ተጨነቀች። “ምን አለ ቢያለቅሱ፤ ይወጣላቸው ነበር።” አለች፤ በልቧ። መለስ አድርጋ ደግሞ፣ “ይሄኔ እነሱን ምንም አላስጨነቃቸው ይሆናል።” ብላ አሰበች፤ የራሷን ጭንቀት ግን ማስታገስ ተስኗታል።

አልጋዋ ላይ ቁጭ ብላ በሀሳብ ከሰመጠችበት ባህር፣ “ዛሬ እንዴት ነው! ቡናም የለ እንዴ?” የሚለው የይሄይስ ድምፅ ቀሰቀሳት። ያባታቸውን ድምፅ ሲሰሙ ዳዊትና ኤርሚያስ ከየክፍላቸው ተሯሩጠው ሲወጡ ሰማች። “የማይቀር ነገር አሁኑኑ ልንገረው።” ብላ አሰበች። ሆኖም ልጆችዋ አባታቸውን ካዩት ሶስት ወር ስላለፋቸው፣ ትንሽ ደቂቃ ለመጠበቅ ወሰነች። “እንዲያውም ለኔም ጥሩ ነው። ቃሎቼን ለመምረጥና ሀሳቤን ሰብሰብ ለማድረግ ጊዜ አገኛለሁ።” የሚል ፍርሃት የተቀላቀለበት ምክንያት ፈጠረች። ዳዊት እና ኤርሚያስ አባታቸው ላይ ሄደው ተጠመጠሙ። ምናልባት ዛሬ ሁሉም ባንድ ቤት የሚውሉበት የመጨረሻ ቀን መሆኑ

ገብቶቻቸው ነው መሰል፣ ለአባታቸው የተለየ ፍቅር አሳዩት። ስለ ካምፕ ቆይታቸውና ስላሳለፉት ደስ የሚል ጊዜ እየነገሩት ሲስቁ፣ ሲገፈታተሩ፣ አንዱ ሌላኛው ላይ ሲንጠለጠል፣ እናታቸውን አዩና እንደተዛዘሉ ቆመው ቀሩ። በደስታና በሳቅ ተሞልቶ የነበረው ፊታቸው ከመቅፅበት ሲቀየር እናታቸው ተመለከተች። የሚቀጥለው ንግግር እነሱን እንደማይመለከት ቢያውቁም ክፍሉን ለቀው መውጣት አልፈለጉም። ኤርሚያስ እናቱን በመማፀን አይን ያያት ጀመር። ዳዊት ግን ለመደባደብ እንደተዘጋጀ የመንደር ጎረምሳ እግሮቹን አንፈራጦ መቆሙ፣ "ነገሪውና ያበጠው ይፈንዳ" የሚል አስመስሎታል። አሁንም ልጆችዋን ማንበብ ስላልቻለች በጣም አመነታች።

ደረጃውን ወርዳ ወንበር ስባ ቁጭ አለች። ይሄይስ፣ ከአሁን አሁን ተነስታ ቡና ታቀርባለች ብሎ ለጥቂት ደቂቃ ጠበቀ። ሆኖም ልጆቹና ሀይማኖት ላይ ያየው ገፅታ ስላልገባው፣ "ምነው ሁላችሁም የሞተ ሰው ያየችሁ ትመስላላችሁ።" አለ፣ በመገረም። "ይሄይስ ቁጭ በል።" አለች፣ ሀይማኖት ወንበር እየሳበችለት። "ምን ሆነሻል? ምነው መርዶ ልታረጅኝ የተዘጋጀሽ ትመስያለሽ።" አለ፣ እየሳቀ። "መርዶ የሚረዳ ሰው ያለቅሳል እንጂ አይስቅም።" አለች፣ ሁኔታው እየገረማት። "እናቴን ትናንት ባላናግራት ኖሮ ውስጤ መረበሹ አይቀርም ነበር። እናቴን ግን ትናንት አውርቻታለሁ፣ ሌላው ሰው ሁሉ ከቁጥር አይገባም፣ ስለዚህ ማን እንደሆነ ንገሪኝና ቡናዬን ስጭኝ።" ብሎ ተቀመጠ።

"መርዶ ላረዳህ ነው። ግን፣ አንተ የምታስበው አይነት አይደለም። ያስለቅስህ ወይ ያስደስትህ እንደሆነ ለማወቅ እኔን በጣም ያስቸግረኛል። ምናልባት፣ የተናገርከው እውነት ይሆናል። መርዶው ከቁጥር ላይገባ ይችላል። አስተሳሰባችን

አንድ መሆኑ ከቀረ አመታት አልፈዋል። ይህን መርዶ ልጆቼ ከሰሙበት ቀን ጀምሮ አእምሮችንን ታውኳል። ዛሬ ደግሞ፣ መርዶህን መስማት ያንተ ተራ ነው።” አለችው፤ ሀይማኖት።

ይሄይስ የነገሩ ይዘት ስላልገባው እንደመበሳጨት ብሎ፣ “የምትይውን በይና ቡና ስጭኝ።” አለ። “ቡና?” አለች፤ የምፀት ፈገግታ ፈገግ ብላ። “አሁንም እዛው ላይ ነህ? ከዛሬ ጀምሮ ቡናህንም እራስህ አፍላ፣ ቤትህንም እራስህ አፅዳ፣ እኔ ትቼህ መሄዴ ነው፣ ልጆቼም ከኔ ጋር ይሄዳሉ፤ አንተም የመረጥከውን ማድረግ ትችላለህ።” አለችው። “የት ነው የምትሄጅው፤ ለዛውም ልጆቼን ይዘሽ! በጣም ደፋር ሴት ወጥቶሻል!” አለ፣ ቀና ብሎ ሳያያት። “ትናንትና የፍች ወረቀት ፈርሜያለሁ፤ ስለዚህ እኔና አንተ ባልና ሚስት መሆናችን እዚህ ላይ ያበቃል።” አለችው። በንዴት የተቀመጠበትን ወንበር ወርውሮ ተነሳ። “ባልና ሚስት መሆናችን አበቃ? ማን ፈቅዶ! አንቺ ስላልሽ?” ብሎ ወደሷ ተንደረደረ። ምን ማድረግ እንደፈለገ ሀሳቡ የገባቸው ልጆቹ መሀል ገብተው አቆሙት።

ይሄይስ እናታቸውን ሲደበድብ ወይም ለመደብደብ ሲሞክር እና ልጆቹም እናታቸውን ከዱላ ሲያተርፉ፣ ይሄ የመጀመሪያ ቀናቸው አይደለም። እንዲያውም፣ ቤቷን ለቃ ትዳሯን አፍርሳ ልትወጣ ካስገደዳት ምክንያት አንዱ፣ ሁለት ወንድ ልጆቿ ይህንን መጥፎ ያባታቸውን ባህሪ እያዩ እንዳያድጉ በመፍራቷም ጭምረ ነበር።

“እናንተም የሷ አባሪዎች ናችሁ ማለት ነው? ቆይ እናያለን፣ አንቺ ስለፈረምሽ ብቻ ጋብቻ የሚፈርስ መስሎሻል! እኔ ሳልፈርም የሚሆን ነገር የለም። ማንን ጥለሽ እንደምትሄጅ እናያለን!” ብሎ ደነፋ። ዝም ብላ ለትንሽ ጊዜ

ሰማችውና በተረጋጋ አነጋገር፣ “ሳልነግርህ በር ቆልፌ ሄጄ ከሌላ ሰው ከምትሰማው እኔው ልንገርህ ብዬ ነው።” አለች። ቀጠል አድርጋ ወደ በሩ እያመራች፣ “እኔ እና አንተ ባልና ሚስት መሆን ካቆምን አመታት ተቆጠሩ። አመልህን ደብቄ ዱላህን ችዬ ካንተ ጋር አንድ ቤት መኖሬ፣ ሁለታችንን ባልና ሚስት አያደርገንም። እንደሌላው ሰው ሰርቼ እየገባሁ ግን ያንተን እጇ እያየሁ መኖሬም ልጆቼን ላሳድግ ብዬ እንጂ ትዳር አለኝ ብዬ አልነበረም። ሰርቼ እራሴን አሻሽዬ እንዳላሳድግ እንቅፋቴ አንተ መሆንክን እያወቅሁ ሳላንገራግር የኖርኩት አሁንም ልጆቼን ብዬ እንጂ እኔና አንተን ባልና ሚስት የሚያሰኘን ነገር ኖሮ አይደለም። ፍቅር የሌለበት አልጋ ስለተካፈልን ባልና ሚስት ነን ማለት አይደለም። ያስተሳሰረን ያ ወረቀት ብቻ ነበር። እሱንም ለመቅደድ መንገዱን ከፍቼልሀለሁ። ከዚህ ወዲያ ሰው ምን ይለኛ ብዬ ባዶ ህይወት አልኖርም፤ በደልም አልሸከምም፤ ስለዚህ ደህና ሁን፤ መልካሙን ሁሉ እመኝልሀለሁ።” አለችው።

“ምን!” አለ ይሄይስ፤ ከእንቅልፉ እንደባነነ ሰው ተወራጭቶ። “የት ነው የምትሄጅው?” ብሎ ጮኸ፤ ያላሰበውን ተናግራ ወንድነቱን ስለወጋችው እሱም በተራው ይጎዳታል ብሎ ያሰበውን የቃላት ናዳ አወረደ። “ምን መግቢያ አለሽና! ሳገኝሽ ምን እንደነበርሽ ታስታውሻለሽ፣ ከዚህ ቤት ወጥቶ እኮ እንዲህ የተንቀባረረ ኑሮ መኖር አይቻልም።” አንዴ ወደሷ አንዴ ደግሞ ወደ ልጆቹ እየዞረ፣ ማስፈራሪያና ስድብ ያወርድባቸው ጀመር፤ “ከህዲ ሁሉ! ማን በለፋው መሰላችሁ እንዲህ የምትንቀባረሩት!” እያለ።

ሀይማኖት፣ በዝምታ አዳምጣ፣ ትእግስቷ ስላለቀ አቋረጠችው። “ይሄይስ፣ ባልወድህም የልጆቼ አባት ስለሆንክ

ክፉ ልመልስልህ አልፈልግም። አንተም አፀፋውን ክፉ ባትመልስልኝ ጥሩ ነው፤ ለኔ ሳይሆን ለልጆችህ ስትል። እነሱ ፊት ፀያፍ መናገር ሊያሳፍርህ ይገባል። እውነትህን ነው፣ ስንገናኝ ገንዘብ አልነበረንም። ፍቅር ግን ነበረን። ያም ስለሆነ ተደጋግፈን አደግን፤ ብዙ ንብረትም አበጀን። ሰላምና ፍቅር ግን ተሰወሩብን። ሰው የሚያስቀናው ቤታችን እኔን የመቃብር ያህል ከበደኝ። አንተ የምትኮራበት ሀብት እኔን የመንፈስ ድሀ አደረገኝ። ስለዚህ በቃኝ፤ ካንተ ጋር የነበረኝ ህይወት እዚህጋ ያቆማል። ውሳኔዬ የመጨረሻ ስለሆነ ተናግረህ የምትለውጠው አይደለም፤ የለውጡ ሰአት ካለፈ ቆየ። በል ደህና ሁን።” ብላ ወደ ትልቁ በር አመራች። በሩን ከፈተችና ወደ ኋላው ዞራ፣ ልጆችዋን ተመለከተች። ከቆሙበት አልተነቃነቁም። “አሁን ትመጣላችሁ ወይስ ተመልሼ መጥቼ ልውሰዳችሁ? ምርጫው የናንተ ነው። ብቻ የነገርኳችሁን እንዳትረሱ።” ስትል፣ ሁለቱም እንደታዘዙ ሁሉ በአንድነት ሻንጣቸውን አንስተው እናታቸውን ተከተሉ። ይሄይስ፣ የልጆቹ እሷን መከተል ገረመው፤ ከመገረምም አልፎ አስደነገጠው። “ደህና ሁን ማለት ምን ማለት ነው? እውነተሽን ነው? በቃ፤ ይሄው ነው የኛ ነገር! በእግዚአብሄር ፊት የገባሽውን ቃል እረስተሽ፣ ቁጭ ብለን እንድንወያይበት እድል ሳትሰጭኝ ነው፣ ‘ደህና ሁን!’ የምትይኝ? ይሄ አንቺ አይደለሽም፤ ሌላ የተፈጠረ ነገር መኖር አለበት እንጂ ሰው እንዴት ከመሬት ተነስቶ ‘በቃኝ፤ መሄዴ ነው።’ ይላል? ጥፋቴን ሳትነግሪኝ፣ ሽማግሌ ሳይሰማ፣ ይገርማል እኮ፣ እባካችሁ!!” አለ።

ሀይማኖትም፣ “እውነትህን ነው ለአንተ አዲስ ነው፤ እኔ ግን ላለፉት አስር አመታት ለብቻየ አንብቻለሁ። ማንም ሳይሰማ ገመናዬን እና ገመናችንን እየሸፈንኩ፣ ለውጭ ሰው

አምሬ እየታየሁ ለብቻዬ ደምቻለሁ። አንተ የሚስትህን ጉዳት ለማየት ይሄንን ያህል ጊዜ ከፈጀብህና ድርጊትህ በሙሉ ስህተት መሆኑ ካልተሰማህ እኔ እራሴን እያታለልኩ ልቀጥለው የማልችል የመቃብር ኑሮ ነውና በቃኝ። የኔ ፍቅር ሳይሆን 'ትታው ሄደች።' መባሉ አስጨንቆህ ሽማግሌ ከፈለግህ፣ የኔ ባል መሆን አትችልም። ግን ምንጊዜም የልጆቼ አባት ነህና በሰላም መለያየቱን እመርጣለሁ።" አለች።

"አታፍሪም! አፈር ድሜ ግጬ ያፈራሁትን ንብረቴን ልትካፈይ እያኮበኮብሽ በሰላም እንለያይ ስትይ፣ አታፍሪም! ባላሰብኩትና ባልጠበቅሁት ጊዜ ዱብ እዳ ጥለሽብኝ በሰላም እንለያይ ስትይ፣ አታፍሪም!" ከደቂቃ በፊት የጀመረው ልስላሴ ደብዛው ጠፍቶ፣ በአዲስ ንዴት ሰውነቱ ጋለ።

"የማታፍርስ አንተ፣ 'አፈር ድሜ ግጬ።' ትለኛለህ? ልጆቼ ፊት ነገር አላከርም ብዬ ብችልህ? ማነው በቀን አስራ ስድስት ሰአት ሰርቶ አንቱ ያስባለህ? የችግርህን ቀን እረሳኸው? ወይስ የሚያስታውሱት ምስክሮች ያለቁ መሰለህ! 'ዱብዳ ጣልሽብኝ'። ላልከው፣ስንቴ እንደተለማመጥኩህ፣ ስንቴ እንደለመንኩህ መቁጠር እንኳን ተስኖኛል። ችግሬ ታይቶህ ግን አያውቅም። 'ጀመረሽ ደግሞ!' ከማለት ሌላ መቼ ጆሮህን ሰጥተኸኝ ታውቃለህ?። ለፍቼና ደክሜ ለዶክተርነት እና ለክብር ያደረስኩህን ሚስትህን፣ ሰው አለ የለም ሳትል በየአደባባዩ ስታንቋሽሸኝና ስታዋርደኝ ችዬ መኖሬ አነሰና፣ ለስራ እያልክ በምትሄድበት ሁሉ ማንን ይዘህ እንደምትሄድ የማላውቅ ይመስልሀል!? በደልህንና ወንጀልህን እዛው አንተ ተሸከም፤ አሁን እኔ ከአንተ ጋር እንካ ሰላምታ አልማዘዝም። ሀብቴን ልትካፈይ ላልከው፣ ሀብቱ የኔም ሀብት ነውና የሚገባኝን አሳምሬ እወስዳለሁ፤ እኔ የደከምኩበትን

ሌላዋ እንድትበላው በፍፁም አልፈቅድም። ያን እንደማደርግ ደግሞ አትጠራጥር።” ብላ በሩን ዘጋችው።

ይሄይስ ለመጀመሪያ ጊዜ ቀና ብሎ የቤቱ እቃ እንደጎደለ አየ። ከክፍል ክፍል እየተዟዟወረ ክፍሎቹን በመገረም ተመለከተ። ከቤቱ ባዶነት ይልቅ ፀጥታው አስጨነቀው። ወደ ሳሎን ተመልሶ ሀይማኖት የሳበችለት ወንበር ላይ እራሱን በሁለት እጆቹ ይዞ ቁጭ አለና የእናቱን ሞት የተረዳ ይመስል አነባ። ከቁጥር አይገባም ያለው መርዶ ከቁጥር ያለፈ እንባ አስፈሰሰው።

ቀየምኩህ

“አገኘኋት?” አለኝ። “ማንን?” ብዬ ጠየቅሁ? “ልጅቱን፣ የልቤን ትርታ በትክክል ማዳመጥ የምትችለዋን ልጅ አገኘኋት። የጐድኔን ክፋይ ያቺ እኔ አየር ወደ ውስጥ ስስብ እሷ ወደ ውጭ የምታወጣዋን አገኘኋት? ያቺን ሳላያት እንደ አይነ ስውር ፊቷን በሀሳቤ ዳስሼ በቃላት የምገልጣትን ክፋዬን አገኘኋት።” አለ፤ በረከት ፊቱ እንደ ማለዳ ፀሀይ እያበራ። የሱ ደስታ ተጋብቶብኝ ነው መሰለኝ፣ እኔም እጅግ ደስ አለኝ።

በረከት እና እኔ የልጅነት ጓደኞች ነን። እኛ መርጠን ተፈላልገን ጓደኞች የሆንን አይመስለኝም። እናቴ እና እናቱ ከነበራቸው ፍቅር የተነሳ የስጋ ዘመድ ያልሆኑ ሰዎችን ሊያዛምድ የሚችለውን ባህላዊ ትስስር ሁሉ ፈጥረዋል። አበልጅ፤ የጡት ልጅ፤ የአይን አባት፤ እናም ሌላም ሌላም...። ፍቅራቸው እጅግ በጣም ሰው የቀናበት አገር የሚመሰክርለት ሲሆን እኛንም ያሳደጉን እዛው ፍቅር ውስጥ ዘፍቀው ነበር። የኔና የበረከት ጓደኝነትም እንደ እናቶቻችንን ሁሉ አገር የተደነቀበት፣ ጓደኞቻችን የቀኑበት፣ እኛም የምንመካበት ነበር። እድሜያችን የሚለያየው በጣም በጥቂት ወራት ሲሆን፣ እናቶቻችን ጡጦ እየተቀማማን ማደጋችንን በያጋጣሚው ያወራሉ።

በረከትን ጓደኛዬ ልበለው እንጅ ለኔ ወንድሜና መካሪዬ ከመሆን አልፎ እኔ ያላየሁትን እኔን መስሎ የሚያይልኝ

መስታወቴ ነበር። ለወንድሞቼ ወይም ለሴት ጓደኞቼ የማላካፍለውን ሚስጥር ለእሱ እነግረዋለሁ። ምክር ስፈልግ ችግሬን የማዋየው የመጀመሪያው ሰው በረከት ነበር። ትችትም ሆነ ግሳፄ ከሱ መቀበል አይከብደኝም። ታድያ እኔም ለሱ ያው ነበርኩ፤ ጥሩውን መጥፎውን የማንፀባርቅለት ጓደኛው፤ ጥሩውን መጥፎውን የማሳየው መስታወቱ።

በዚህ ለጋ እድሜያችን፣ በረከትና እኔ ክፉ እና ደግ አይተናል። ተወርቶ የማያልቅ የከንፈር ወዳጅ ችግር ስንወያይ ሌሊቱን አንግተናል። "እንዲህ አለች፤ ምን ልበላት?"፣ "እንዲህ አለኝ፤ ምን ልበለው?" የሚለውን የጉርምስና ዘመን ወሬ ብቻ ሳይሆን፣ ስለሀገራችን መከፋፈል፣ የሱን እናት ሞት፣ የኔን አባት ሞት፤ ጊዜው ከፍቶ ኤችአይቪ ሰውን የጨረሰበት ወቅት ላይ፣ በርካታ አብሮ አደጎቻችን በበሽታው ተለክፈው ማለቃቸውን፣ ጊዜው ሻል ሲል ደግሞ ጋብቻንና ፍችን፣ እናወጣለን፣ እናወርዳለን። እውነቱን ለመናገር፣ ከፍቶኝ ወይም ደስ ብሎኝ በረከት ከአጠገቤ ያልነበረበት ቀን ትዝ አይለኝም።

በቀን አንዴ ወይም ሁለቴ በስልክ ወይም በኢ-ሜይል ሳንገናኝ አንውልም። በረከት ሳይደውልልኝ ከዋለ፣ "እናቴ በምትለው ሳይሆን ሚስቴ በምትለው አውለኝ።" ይባል የለ! እኔም እናቱ የሆንኩ ይመስል "ምን ሆኖ ይሆን? ይሄኔ ታሞ ይሆናል።" ወይም "መኪና ገጭቶት ይሆን?" እያልኩ አግኝቼው ልቤ እስኪረጋ ድረስ ስጨነቅ እውላለሁ።

እነዚህ የልጅነት አመታት አለፉ። በረከትም ትዳር አበጀ። ሆኖም ትዳሩ የደስታ አልነበረምና፣ መከፋቱ እኔንም አስከፍቶኝ ነበር። የመጀመሪያው ትዳሩ ሲፈርስ አብረን አልቅሰን ነበር ያሳለፍነው። ዛሬ ግን ከብዙ ጊዜ በኋላ በረከት

የልቡን ትርታ በትክክል ያደመጠችለት ወዳጅ አገኘ። የሱ ደስታ የኔንም ልብ አስደሰተው።

እንደተለመደው ከጥቂት ቀናት በኋላ አስተዋወቀን። እውነትም ድንቅ ሰው ነበረች። ፈገግታዋ ብቻ ይበቃል፤ ፈገግታዋ ብቻ ቤት ይሞላል። ስታየው አይንዋ ውስጥ ያለው ርህራሄ ያስደስታል። እኔም ጓደኛዬ በመደሰቱ ደስ አለኝ።

ጊዜው እየጨመረ፣ ግንኙነታቸው እየጠነከረ ሄደ። የጓደኛዬም ፍቅርና ደስታ እየናረ ሄዶ ልጅቷን ማግባት የሚፈልግበት ደረጃ ደረሰ። ከእኔ የቀረበ ግብረ-አበር አልነበረውምና፣ እንዴት አድርጎ አግቢኝ ብሎ እንደሚጠይቃት መዶለት ጀመርን። ከዚያ በፊት ግን፣ ለሌሎች ጓደኞቻችንና ለቤተሰብ ማስተዋወቁ ግድ ነውና፣ ያንን ማቀድና መወጠን ጀመርን።

አንድ ቀን "ቤዛ እራት ጠራችሽ።" ብሎ እቤቴ ይዟት መጣ። ምን የመሰለ ድግስ ደግሼ፣ ለቀረው ቤተሰብና ጓደኞቻችን አስተዋወቃት። የተዋወቋት ሁሉ ወደዷት። "እውነትም የልብ ትርታውን የምታደምጥለት ሰው አገኘ።" ብለን ሁላችንም ደስ አለን። ጓደኞቹ ሁሉ ልጅቷን እንደወደድናትና እሷም ከኛ ጋር እንደተግባባች ሲያውቅ፣ በረከት መጠበቁ አላስችል አለው። ያንለቱኑ፣ በፈረንጆቹ ባህል መሰረት ከግሮቹ በርከክ ብሎ "አግቢኝ" ብሎ ጠየቃት። እሷም ጋብቻውን በደስታ ተቀበለች።

ከዚያች ቀን ጀምሮ በረከት ከኛ ከጓደኞቹ እየገለለ ሄደ። በተለይ እኔ ስደውል፣ ስልኩን ተንገብግቦ ያነሳው እንዳልነበረ ሁሉ ማንሳቱን አቆመ። ካነሳም፣ "መልሼ ልደውል?" ብሎ፣ ስልኩን ጆሮዬ ላይ ይዘጋው ጀመር። መልሶ ግን አይደውልም። እንዲያውም ስልኩ በስህተት ከተነሳ፣ "ሀሎ!"

የምትለው ነቢያት እንጂ በረከት መሆኑ ቀረ። "የለም እኮ! አልነገረሽም?" ትለኛለች። በረከት ስልኩን ትቶ የትም እንደማይሄድ ባውቅም ጤንነቱን ስለምሰማ ደስ ብሎኝ ስልኩን እዘጋለሁ። በመጨረሻም እስከናካቴው ስልኩን መመለሱን አቆመ። እንዲያ ጨርሶ መጥፋቱ በጣም ስላሳሰበኝ እቤቱ ድረስ ፍለጋ ሄድኩ። ግን፣ ቤቱን ለቆ ስለሄደ ላገኘው አልቻልኩም። በረከት ሳይነግረኝ ቤት መቀየሩ በጣም ገረመኝ። ከመገረምም አልፎ አስደነገጠኝ። "ምን ሆነ!" የሚል ሀሳብ ውስጤን ያናውጠው ጀመር። ምናልባት ለስራ ወደ ውጭ ሄዶ ይሆናል ብዬ አብረው የሚሰሩትን ሰዎች አጠያይቄ የትም አለመሄዱን አወቅሁ። እንደኔም ባይሆኑ ይቀርቡታል ብዬ ያሰብኳቸው ጓደኞቹጋ ደወልኩ፣ እነሱም "እኛም ጠፍቶብናል። አንቺ ታውቂ እንደሆን ብለን ልንደውልልሽ ነበር።" አሉኝ። ነቢያትጋም ደጋግሜ ደወልኩ። ጓደኛዬ አግቢኝ ብሎ ከመጠየቁ በፊት ልታመልከኝ ምንም ያልቀራት ልጅ ታመናጭቀኝ ጀመር። ይሄውም ይባስ ብላ ጨርሶ ጠፋች። ምናልባት አደጋ ደርሶበት ይሆናል ብዬ፣ ሆስፒታል እና ፖሊስ ጣቢያ ሳይቀር አስፈለግሁት፤ በረከትን ያየ ሰው ግን አልተገኘም። ለካስ "አውቆ የተኛን ቢጠሩት አይሰማም።" የሚባለው ተረት ደርሶብኝ ኖሯል።

ተስፋ ስቆርጥ፣ ሞቶ ዘመድ አይደለችም ተብዬ ሳይነገረኝ ተቀብሯል፣ አልኩና አልቅሼ እርሜን አወጣሁ። ይህን ጊዜ እህቱ ወይም ያክስቱ ልጅ ብሆን ኖሮ ፈልገው አፈላልገው ይነግሩኝ ነበር። ለካስ አያቴ "ባዳ፣ ባዳ ነው" የምትለው ይሄን ኖሯል፤ ብዬ እራሴን አፅናናሁ።

አመት አልፎ ሁለተኛው አመት ተደገመ። በረከትን ደስ ሲለኝ ወይ ሲከፋኝ አስታውሰዋለሁ። ሆኖም ሁሉን ነገር

በእንጥልጥሉ ወደኋላ ትቼ፣ ሞቱን ተቀብዬ፣ እራሴን አፅናንቼ ህይወቴን ቀጠልኩ። ህይወትን ለመቀጠልም ሆነ ላለመቀጠል ፈቃጁ ህይወት ራሱ እንጂ እኔ አለመሆኔን እረስቼዋለሁ። አንድ ቀን፣ ባላሰብኩት ሰአትና ቦታ በረከትን አገኘሁት። ሰውነቴን ሀዘንና ደስታ በአንድነት ወረሩት። በህይወት መኖሩ እጅግ ቢያስደስተኝም፣ አውቆ ከኔ መደበቁ በጣም አሳዛነኝ። ቢሆንም የሚለውን እስክሰማ በመጓጓት ሄጄ አንገቱ ላይ ተጠመጠምኩ።

የልጅነት ጓደኛዬ፣ በረከት ግን እኔን ማየቱ አላስደሰተውም። እንዲያውም በሱ ብሶ ከሞት የተነሳ ሰው ያየ ይመስል ክው ብሎ ደነገጠ። እኔ ግን፣ እንባዬን እና ሳቄን መግታት አቅቶኝ መናገር ተሳነኝ። በረከት ከመደንገጥ አልፎ ስላገኘሁት ተናደደ። የኔ ጥያቄ “ምነው ምን ሆነህ ጠፋህ?” ሲሆን፣ የሱ መልስ ግን፣ (መልስ ከተባለ ማለቴ ነው) “እዚህ ቦታ መምጣት አልነበረብኝም።” ነበር።

ከጥቂት ደቂቃዎች በኋላ እራሴን መቆጣጠር ስችል የማይቀረውን ጥያቄ ጠየቅሁ። “ምን አደረግሁህ? ምነው ሳትነግረኝ እልም ብለህ ጠፋህ? በህይወት እያለህ እንዴት አስቻለህና ይሄንን ሁሉ ጊዜ ዘጋኸኝ?” የሱ መልስ፣ “ነቢያት (የልቡን ትርታ በትክክል ያደመጠችለት ሴት) ከኔና ከጓደኞችህ አንዱን ምረጥ አለችኝ፤ እሷን መረጥኩ።”

“እሷን መረጥኩ! እሷን መረጥኩ!!” ለምን እኔ አልተመረጥኩም ብዬ አልተቆጣሁም፤ ልገልፀው የማልችል ሀዘን ግን ውስጤን ወረረው። ማንኛቸውን እደጠላሁ ባይገባኝም፣ ጥላቻ ውስጤ ሲከማች ተሰማኝ። የምናገረው ስለጠፋብኝ፣ “ደህና ዋል!!” ብዬ መንገዴን ቀጠልኩ። ባላገኘውና ከመልካም ትዝታው ጋር ብኖር ጥሩ ነበር። “አንድ

ነገር ሆኖ ነው እንጅ እንዲህ አይጨክንም" ብዬ እያሰብኩ፣ እያለቀስኩ፣ መልካሙን እያሰብኩለት ብኖር ጥሩ ነበር። አሁን ግን ያላሰብኩትን መርዝ ውስጤ በትኖ፣ መልካሙን ትዝታዬን አበላሽቶ፣ መተኛትና መብላት እስኪሳነኝ ድረስ ህይወቴን እረበሸው፣ "እስዋን መረጥኩ!!" የሚለው ሀረግ ያለማቋረጥ ከጆሮዬ ውስጥ ይጮህብኝ ጀመር።

ባንድ በኩል እውነቱን ስለነገረኝ ደስ ሲለኝ፣ በሌላ በኩል ደግሞ ከሁለት አመት በኋላ ሲያገኝኝ ለጥቂት ደቂቃወች ፈገግ ብሎ ደህንነቴን አለመጠየቁ አስገረመኝ። ጥቂት ቆይቶ አግራሞቴ ወደ ሀዘን፣ ሀዘኔ ደግሞ ወደንዴት ተቀየረ። ወይ እንደልማዱ "እደውላለሁ" ለምን አላለኝም፣ እንደዚህ አይነት መርዝ ውስጤ ዘርቶብኝ ከሚሄድ።

ቀናት አልፈው ነገሮቹን በውስጤ ካጣጣምኩ በኋላ፣ የሰጠኝን መልስ ብተነትነው ምንም ትርጉም አልሰጥ ስለ አለኝ ጥፋቱን ማከፋፈል ጀመርኩ። "እሱ ነው ጥፋተኛ፣ ወይስ እኔና እሷ?" የሚል ሀሳብ በአእምሮዬ ተጠነሰሰ። ትናንትና ላወቃት ልጅ ብሎ እኔን፣ የዘላለም ጓደኛውን፣ እህቱን ስለከዳ ያጠፋ በእርግጥ እሱ ነው። "ለምን በሁለታችን መካከል ምርጫ እንደማይኖር አልነገራትም?። ለምን 'ከሷ ወይም ከኔ' የሚለው ጥያቄ እንዲነሳ ፈቀደ?"። ትንሽ ቆይቼ ደግሞ፣ "እሷ ናት ጥፋተኛ! መምረጥ አለበት ብላ በማስበዋ፣ እሷ ናት ጥፋተኛ፣ ከሷ ጋር ለመሆን ከሷ በፊት የነበረውን ህይወት፣ ያሳለፈውን ዘመን፣ እሱነቱን አብጠርጥረው የሚያውቁትን አብሮ አደግ ጓደኞቹን ሁሉ እንዲፋቁ መጠየቋ፣ እሷ ናት ጥፋተኛ!" እያልኩ እወንጅላታለሁ። መለስ እልና ደግሞ፣ "የለም እኔ ነኝ ጥፈተኛ፣ የኔ ባል ሁሉንም ጓደኞቼን ጓደኞቹ አድርጎ ስለተቀበለ ሰው ሁሉ እንደሱ ሊሆን ይገባል

ማለት አልችልም።" ብዬ እራሴን እከሳለሁ። ከሀሳቤ መፋጨት ትንሽ እረፍት አደርግና ጥፋቱን ወደበረከት እመልሰዋለሁ። ያለ ምንም ፍንጭ ከሚሰወርብኝ፣ እንደድሮው ቢያማክረኝ እንደድሮው ቢነግረኝ ኖሮ ይሄ ሁሉ ችግር ባልተፋጠረ ነበር። ከኔ ይልቅ እሷን መምረጡ ሊያናድደኝ አይገባም። የሚያናድደኝ ነገር ቢኖር፣ ችግር አግኝቶት እንጂ በደህናው አልጠፋም ብዬ ለእሱ ያፈሰስኩት እንባ ነበር።

ለሁላችንም የሚዳረስ ጥፋት ቢኖርም፣ ነቢያት እጮኛዋን፣ "እኔ ወይም እሷ" ብላ፣ ከሷ በፊት የተፃፈውን የበረከትን ህይወት መሰረዝዋ በጣም አሳዘነኝ። ዛሬ በዚህ የተጀመረ ነገ "እናትህን ወይም እኔን" ብትለው እናቱን ከህይወቱ አስፈንጥሮ ያስወጣቸው ይሆን? እንዲመርጥ ከተገደደ፣ እህቱንም ሆነ የልጅነት ጓደኞቹን ጣእሙ እንዳለቅ ማስቲካ አውጥቶ መወርወር እንዲህ ቀላል ነገር ነው!? መልስ ያላገኘሁለት ጥያቄ ውስጤን ይበላው ጀመር። አንዳንድ ቀን ስልክ መደወል ይቃጣኛል ግን ስልኩን አላውቀውም። አንዳንድ ቀን እቤቱ መሄድ እፈልጋለሁ፤ እውነተኛውን ምክንያት አፍረጥርጦ እንዲነግረኝ፤ ግን ቤቱን አላውቀውም።

አዲስ ፍቅር ለመመስረት፣ ያሳለፈውን ህይወትና ያደገበትን ዘመን መካድ ቅድመ ግዴታ ሆኖ የቀረበለት ሰው ሁሉ፣ ፍቅሩን እንደገና መገምገም ይኖርበታል። የወደደ ሰው ለአፍቃሪው መልካም ይመኛል። እማዬ "ሴት ልጅ ስትወድ፣ ፍቅሯ የሚወደውን ሁሉ ትወድለታለች።" ትል ነበር። "ይሄንን ጉድ አላየሽ!" አልኩ፣ ለራሴ።

መልስ የሌላቸው ጥያቄዎች ቢያጨናንቁኝም፣ ከምንም በላይ ለጓደኛዬ አዝንለት ጀመር። ብቻውን እንዳይቀር ፈራሁለት። አንድ ቀን "በቃኝ!" ያለችው ለት፣ ሁሉን ሰው

እንደ ገለባ ለሷ ብሎ አራግፎ የማይችለው ጭንቀትና ብቸኝነት ውስጥ እንዳይገባ አምላክን ተማፀንኩለት። ነበ የትንም አልረሳኋትም። ለሷ ሲል ሁሉን ነገር የተወላትን ልጅ ደስተኛ እንድታረገው ተመኘሁላት።

ሌሎቻችን፣ ሳንመረጥ የቀረነው ጓደኞቹ፣ አንዳንድ ቀን ስንገናኝ፣ "እንግዴህ ሲቀንሱን ዝም ብለን መቀነስ ነው።" እየተባባልን እንስቃለን። ሲቀንሱን ተቀንስን። ከተወጋው ጎናችን ከቆሰለው ልባችን አገግመን፣ ለወጊዎቻችን መልካም ህይወት እየተመኘን፣ እኛም ህይወታችንን መቀጠል ቻልን።

ምን አስቦ እንደሆነ እንደሆነ እንኳን አላውቅም፣ በረከት ከተገናኘን በኋላ ደጋግሞ ደወለ። ኢሜልም ላከ። በመጀመሪያ፣ ብድር መመለሴ ነው መሰለኝ ድምፄን አጠፋሁ፣ በኋላ ግን፣ "የሱን ጨዋታ ከምጫወት፣ መልስ ልስጠውና ይሄንን በር ልዘጋ።" በማለት ስልኩን መለስኩ። በረከት በመካከላችን ምንም ነገር እንዳልተፈጠረ ወደ ድሮው በመመለስ ወሬ ለመጀመር ፈለገ። ያ እንደራሴ የምወደው ጓደኛዬ ምንም ቢለፈልፍ፣ ልቤ እርቋልና እንደድሮው መሆን አልቻልኩም።

የኔ ጥያቄ፣ "ምን ፈለግህ ደወልክ!" የሱ ደግሞ፣ "አንቺ ምነው ዘጋሽኝ?" የኔ የመጨረሻው መልሴ ደግሞ፣ "ተቀየምኩህ።" ነበረ። ባፌ አላልኩትም እንጂ፣ በልቤ "አራት ነጥብ!!!" ብያለሁ።

ምህርትና ተማሪ

እሁድ ጠዋት ተኝቼ የማረፍድበት ቀን ቢሆንም ትናንትና በስራ ምክንያት ያላከበርኩትን ቀጠሮ ለመካስ በጧት ተነሳሁ። የማለዳ ፀሀይ ውበትዋን ሳትደብቅ ለፍጡር ሁሉ ለግሳለች። ወፎችም፣ ከፀሀይ የተቀበሉትን ስጦታ ለሌሎች ለማካፈል ነው መሰለኝ ውብ ዝማሬአቸውን ማዜም ጀምረዋል። ሌላ ምን ማለት እችላለሁ፣ "ቀኑ እጅግ የተዋበ ነበር!" ከማለት በስተቀር።

የቀኑን ውበት እያደነቅሁ ካልጋየ ወርጄ ቡና ጣድኩ። ከዚያም የክፍሌን መስኮት ከፈትኩና ፈጣሪዬን እያመሰገንኩ በቸርነቱ የሰጠኝን ውብ የፀደይ አየር ተነፈስኩ። ቡናው ደርሶ ስለነበር፣ ሽታው ከተነፈስኩት የፀደይ አየር ጋር ተቀላቅሎ በውበት ላይ ውበትን ጨመረልኝ። እንድያ ባለው የውበት ድባብ ውስጥ ነበር ቡናዬን ጠጥቼ ከቤቴ የወጣሁት።

ቀኑ የክርስትና ልጄ፣ የሶስና፣ አምስተኛ አመት የልደት በአል በተከበረ ማግስት ነበር። ልደትዋ ላይ መገኘት ስላልቻልኩ ዛሬ ልጄን ይቅርታ ልጠይቅና በዛውም ከትናንትናው ድግስ የተረፈውን ልቀላውጥ ነበር ወደ ጓደኛዬ ወደ አያልነሽ ቤት ያመራሁት።

ሶስና ገና ስታየኝ መጥታ እላዬ ላይ ተጠመጠመች። ሁል ጊዜ እንደምታደርገው እቅፍ አርጋ ሳመችኝና፣ "ለምን ለልደቴ አልመጣሽም?" ብላ ጠየቀችኝ። ስራ እደነበርኩ አስረድቼ በጣም ትልቅ ይቅርታ ከጠየቅሁ በኋላ ያመጣሁላትን

ስጦታ አበረከትሁላት። ፊቷ እንደ ፀሀይ ሲያንፀባረቅ አይቼ ደስ አለኝ። እንደገናም እቅፍ አርጋ ከሳመችኝ በኋላ ያመጣሁላትን ስጦታ ይዛ ወደ ጨዋታዋ ለመመለስ ስትዘጋጅ እናትዋ፣ "እሱን እቃ ይዘሽ የትም አትሄጅም! ቁጭ አርጊ።" ስትላት ሰምቼ በጣም ደነገጥኩ።

አያልነሽ ለልጆችዋ የምትፈቅደው የተወሰኑ መጫወዎች ብቻ ነበር። በዚያም ላይ ማንም ሰው ለልጆችዋ ትምህርት ነክ ያልሆነ መጫወቻ እንዲገዛላቸው አትፈቅድም። እኔንም በተደጋጋሚ አስጠንቅቃኛለች። ስለዚህ ከመፅሀፍና ሊማሩባቸው ከሚችሉ መጫወቻዎች ውጭ አልገዛም። እንዲህ ባሉት አጋጣሚዎች እቃ ስገዛላቸው የምመርጠው በጣም ተጠንቅቄ ነበር።

ታዲያ ዛሬ የገዛሁትን ነገር ገና ሳታየው፣ "አስቀምጭ! እዳትነኪው!" ማለትዋ በጣም አስደነገጠኝ። "እንዴ! መፅሀፍ እኮ ነው የገዛሁላት። እና ደግሞ..." ብዬ ያሰብኩትን ተናግሬ ሳልጨርስ፣ "ጉዳዬ ሌላ ነው፤ አንቺ ያመጣሽውን እቃ አይመለከትም።" አለችኝ። ተገፎ የነበረው ቀልቤ ትንሽ መለስ አለ፤ ሆኖም ድንጋጤዬ ጨርሶ አልለቀቀኝም። የጓደኛዬ አነጋገር ስላልገባኝና ምናልባት ሶስና ቅጣት ላይ ትሆናለች ብዬ በመገመት ሌላ ነገር ከመናገር ተቆጠብኩ። ሶስና ፊት ላይ የነበረው ፈገግታ ሲጨልም አየሁት። በናትሽ ተያት ልላት ከጅሎኝ ነበር ግን ፈራሁ። የሶስና እንባዋ መንታ ሆኖ ሲወርድ ሳየው ደግሞ መረበሽ ጀመርኩ። አያልነሽ ግን ፍንክች አላለችም። "እቃውን ይዘሽ ለመሄድ ምን ማድረግ እንዳለብሽ ታውቂያለሽ?" አለቻት። ሶስናም ትንሽ ቆማ አንዴ እኔን አንዴ እናትዋን አንዴ ያመጣሁትን እቃ ከተመለከተች በኋላ ምንም መልስ ሳትሰጥ ወደ ክፍልዋ ሄደች። ሶስና ክፍልዋ

መግባትዋን ካረጋገጥኩ በኋላ፣ “አንቺ ግን ምን ማድረግሽ ነው?” ብዬ እናትየዋን ጠየቅሁ።

አያልነሽ ፈገግ ብላ፣ “ላጠፋችው ጥፋት ይቅርታ ጠይቂ ብላት፣ ይችም የአምስት አመት ልጅ ነፍስ ሆና፣ አልጠይቅም አለችኝ። እኔ ደግሞ ይቅርታ ካልጠየቀች በመጣላት ስጦታ መጫወት እንደማትችል ነገርኩዋት። ጉድ አትይም፣ ይሄው ከተፋጠጥን ሁለት ቀናችን።” አለችኝ። “በልደትዋ ቀን እንዴት እንዲህ ታደርጊያለሽ፤ እንባዋ ሲወርድ ትንሽ እታዝኚም?” ብየ ጠየቅሁ። አያልነሽ ቀና ብላ አየችኝ እንጅ መልስ አልሰጠችኝም።

በጣም ስለገረመኝ ጠቡ እንዴት እንደተጀመረ ለማወቅ ፈልግሁ። አያልነሽ፣ ልጆችዋ ላይ የምታሳርፈው ቅጣት ጠንከር ቢልም፣ ከሷ የበለጠ ልጆቹን የሚወድ ወይም ለልጆቹ የሚያስብ የለም ብዬ ስለማስብ ሳይሆን አይቀርም፣ ብዙም አልተከራከርኳትም። ከአሁን አሁን ሶስናን ትጠራትና፣ “ነይ መጫወቻሽን ውሰጅ።” ትላታለች ብዬ ጠበቅሁ። አላስችል ስላለኝ፣ “አያልነሽ! ከዚች ትንሽ ልጅ ጋር እስከ መቼ ነው የምትፋጠጡት?” አልኩ።

“ወይ ትንሽ ልጅ!” አለች አያልነሽ፤ ቅንድቦቿን ወደአይኖቿ ሰብስባ፣ “ከአፍዋ የሚወጣው ነገር አዋቂም አስቦ አይናገረውም። ‘ይቺ ባቄላ ካደረች አትቆረጠምም።’ ሲባል ሰምተሽ የለ! አሁን ልጅ ናት ብዬ ዝም ካልኳት፣ ነገ የባሰ ጥፋት ስታጠፋ ምን አድርጌ ልቀጣት ነው?” አለችኝ፤ ምሬቷን በድጋሚ እያስተጋባች። “ትናንትና ያከበረችው አምስት አመቷን መሆኑን የረሳሸው መሰለኝ፤ ግን ለነገሩ ምን አድርጋ ነው እንዲህ ያመረርሽባት?” ብዬ አሁንም በመገረም ጠየቅሁ።

አያልነሽ የልጆችዋን ልደት የምታከብረው ደመቅ ባለ ስነ ስርአት ነው። ስለዚህ የሶስናን የልደት በአል ለማክበር በርከት ያሉ ሰዎች ተጋብዘው ነበር። አያልነሽ፣ ይህንኑ በአል አስመልክታ ለአዋቂዎች ለብቻ ለልጆች ደግሞ ለብቻ ነበር የደገሰችው። በርከት ያሉት እንግዶች የመጡት ከልጆቻቸው ጋር ሲሆን ሶስናን እንኳን ለአምስተኛ የልደት በአልሽ አደረሰሽ የሚል መልካም ምኞታቸውን እያቀረቡ ያመጡትን ስጦታ አንድ ስፍራ ላይ እያከማቹ ወደ ውስጥ ሲገቡ ልጆቻቸው ደግሞ ከውጭ ለነሱ የተዘጋጀላቸውን ድግስ ተያያዙት።

ልጆቹን ለማስደሰት በርከት ያሉ መጫወቻወች፣ ቤት የሚያህል መዝለያ፣ ተረት ነጋሪ፣ እንዲሁም አንድ አፍንጫውን አቅልቶ ፊኛ የሚቋጥርና የሚፈታ፣ ልጆቹን ሰብስቦ የሚያስቅ አሻንጉሊት የሚመስል ሰው ተሰልፈዋል። ልጆቹ እነሱን ለማስደሰት የተዘጋጀውን መጫወቻ እንጂ ይወዱታል ተብሎ የተዘጋጀላቸውን ምግብ የመብላት ፍላጎት ጨርሶ አልነበራቸውም። አዋቂዎቹም፣ ልጆቻቸው በደንብ እንደሚስተናገዱና እንደሚጫወቱ ስለተረዱ፣ ያተኮሩት ልጆቻቸው ላይ ሳይሆን ለእነሱ የተዘጋጀው ድግስ ላይ ነበር። ልጆቹም ከአንዱ መጫወቻ ወደሌላው እየተዘዋወሩ ይቦርቁ ጀመር።

በዚህ መካከል ሶስና ወደ መጣላት የስጦታ ክምር አይንዋን ስትወረውር ከልጆቹ መካከል አንደኛው የሷን ስጦታ እየከፈተ ሲጫወትበት አይታ ተናደደች። ከጨዋታው መካከል ተነስታ ወደ ልጁ ሄዳ፣ “እረፍ፣ ይሄ የኔ ስጦታ ስለሆነ አትክፈት።” ብትለው አልሰማም አላት። የያዘውን ስትቀማው ሌላ ያነሳል። ይሄ ነገር እንደማያዋጣት የተረዳችው ሶስና እቤት ውስጥ

ብሉልኝ ጠጡልኝ እያለች አዋቂዎችን የምታስተናግደውን እናትዋን ፈልጋ ትነግራታለች።

አያልነሽ ልጅዋን ተከትላ ወደ ውጭ ወጥታ ትንሹን ልጅ በለስላሰ አንደበት ታናግረዋለች። "ማሙሽዬ፣ ይሄ እቃ የመጣው ለሶስና ነው፤ ስለዚህ እሷ ሳትከፍተው ማንም ሰው ሊነካው አይገባም። ግን ጥሩ ልጅ ከሆንክና ኬክ እስኪቆረስ ካልነካህ፣ ኬክ ከተቆረሰ በኋላ ሶስና ስጦታዋን ስትከፍት እረዳት አደርግሀለሁ። አሁን ሂድና ተጫወት።" ትልና ታባብለዋለች። በዚህ ሀሳብ ተስማምተው ልጁ ወደ ጨዋታው፣ አያልነሽ ወደ እንግዶችዋ፣ ሶስናም ወደ ጓደኞችዋ ተመለሱ። ከጥቂት ደቂቃዎች በኋላ ልጁ መጫወቱን አቁሞ የሶስናን ስጦታዎች መክፈቱን እንደገና ተያያዘው።

በዚህ ድርጊቱ የተናደደችው ሶስና የአዋቂዎችን እርዳታ ፍለጋ እሪታዋን ታቀልጠዋለች፤ የሰማት ሰው ግን አልነበረም። ወደ እናትዋ ስትሄድ እናትዋ ስራ ይዛለች ስለዚህ የልጁን እናት ፈልጋ "ልጅሽ ባለጌ ነው፤ የሱ ያልሆነውን ነገር ይነካል፤ ስለዚህ ወደ ቤቱ ይዘሽው ሂጂ።" ትላታለች። የልጁ እናት ሞቅ ያለ ጨዋታ ይዛ ስለነበር አልሰማቻትም። ደጋግማ ብትጎተጉታትም፣ እንኳንስ ከመቀመጫዋ ተነስታ ልጇን ልትቆጣላት ቀርቶ ዞር ብላም አላየቻት።

ሶስና በጣም ጮክ ብላ፣ "የሰው እቃ የሚነካ ልጅ ባለጌ ነው። ወደ ቤቱ መሄድ አለበት።" ትላለች። በዚህ ግዜ በወሬ፣ በጨዋታና በስራ ተጠምደው የነበሩ ወላጆች በሙሉ፣ ስለማን ልጅ እንደምታወራ ለማወቅ ፊታቸውን ወደሶስና መለሱ። "ማነው እሱ? የትኛው ልጅ ነው? ምን አደረገ?" የጥያቄ ናዳ ወረደ። ሶስና አሁንም የሆነውን ነገር ለተሰበሰቡት ወላጆች ካሰረዳች በኃላ። "የኔ ልደት! ነው የኔ መጫወቻ ነው! የሱ

አይደለም! አትንካ የአንተ አይደለም ብለው እምቢ ብሎዋል፤ ስለዚህ ወደቤቱ መሄድ አለበት!" አለች፤ እንባና ቁጣ እየተናነቃት።

ልጅሽ ባለጌ ነው የተባለችዋ እናት፣ በንዴት እያጉረመረመች፣ "ቢጫወት ምን አለበት! ትንሽ ልጅ ነው። "ልደት ብላችሁ ጠርታችሁ፣ ህፃን ልጅ ተጫወተ ብላችሁ ትቆጣላችሁ እንዴ!" ብላ ነገሩን የባሰ አጋነነችው። ወላጆችና ጓደኞቿ ቢለምኗትም አሻፈረኝ ብላ ልጅዋን ይዛ ወጥታ ሄደች። አያልነሽ ደግሞ ሶስና ይቅርታ ካልጠየቀች በመጣላት ስጦታ መጫወት እንደማትችል በይና፣ ይሄው እናትና እልሸኛ ልጅዋ ከተፋጠጡ ሁለት ቀን ሆኗቸዋል።

"ትገርሚያለሽ" አልኳት ጓደኛዬን፤ በጣም ተናድጄ። "ለምን?" አለች፤ አያልነሽ መልሳ። "መጀመሪያ አጥፊውን ልጅ ህፃን ነው ብላችሁ ይቅርታ ካደረጋችሁለት፣ ለምን ለሶስናስ ይቅርታ አላደረጋችሁም? ሁለተኛ፣ 'ያልሰጡትን የሚነካ ባለጌ ነው!' ብሎ ሶስናን ያስተማራት ማን ሆነና ነው፣ አንችው ያስተማርሻትን ብትናገር መልሰሽ የምትቀጫት?" አልኩ፣ የማይነቃነቅ አንድምታዊ ክርክር በማቅረቤ ኩራት እየተሰማኝ።

"እውነትሽን ሊሆን ይችላል።" አለች፤ አያልነሽ። "ግን፣" ብላ ክርክሯን ልትጀምር ስትል፣ አባቴ ትዝ አለኝ። አባቴ፣ "ግን፣ ብለው የነገሩሽን ስሚ።" ይል ነበር። የአባቴ ልጅ አይደለሁ! የአያልነሽን "ግን" በጥንቃቄ ማዳመጥ ጀመርኩ። "ያልገባሽ ነገር፣ ይች ልጅ የምትናገረው እንደ ህፃን አይደለም። አንዳንዴ ታስደነግጠኛለች። በዛ ላይ ለምን እንደ ልጅ ይቅርታ ብላ መጫወቻዋን መውሰድ አቃታት። ይቅርታ መጠየቅንም ላስተምራት እፈልጋለሁ።" አለች።

እኔም በተራዬ፣ "ይቅርታን ማስተማሩ ባልከፋ ነበር፤ ለእንደዚያ ያለ ትምህርት ግን ገና ልጅ ናት። አንዳንዴ ቅጣትሽ ይበዛል። 'እውቀት የማይጨምር መጫወቻ አትግዙ፤ መፀሀፍ አንብቡላት፤ ይሄኛውን የቴሌቪዥን ፕሮግራም አታይም፤ ወዘተ... የምትይው መልካሙን እንድታውቅ ብለሽ አይደለም?" ብዬ የምችለውን ያህል አያልነሽን ገሰፅኩና የክርስትና ልጄን ለመፈለግ ወደ መኝታ ክፍልዋ ሄድኩ።

መጫወቻዎች መሀከል ተቀምጣለች። ወደ ጆሮዋ ጠጋ አልኩና ያመጣሁላት ምን እንደሆነ ነገርኩዋት። ከደስታዋ ብዛት የተነሳ እንደገና አቅፋ ሳመችኝ። አይንዋ እንደ ኮከብ አበራ፤ "እወድሻለሁ!"ም ተባልኩ። ወዲያው ግን ፈገግታዋ ጠፍቶ እንባ ባቀረሩ አይኖችዋ እያየችኝ "ማሚ አትጫወችበትም ብላኛለች።" አለች።

ጥሩ አጋጣሚ ስላገኘሁ እንባዋን እያደረቅሁ፣ "ታዲያ ምን ቸገረሽ። ማሚ ስልክ ትደውልልሽ እና ይቅርታ ጠይቂ። ይቅርታ መጠየቅ አንቺን ምንም አይጎዳሽም። በዚያ ላይ፣ ይቅርታ መጠየቅ የትልቅነት ባህሪ ነው።" አልኳት። ከአሁኑ "ሳድግ" እያለች ስለምታወራ፣ በምግባርዋ እንድታድግ እየጋበዝኳት። "ከዝያ በኋላ በሁሉም መጫወት ትችያለሽ። አሪፍ አይደል?" አልኩ፤ እያባበልኩዋት። ምንም መልስ አልሰጠችኝም ነበርና ጥንካሬዋ እጅግ አስገረመኝ። ትንሽ ደቂቃዎች አብሬያት ተጫወትኩና ወደ አያልነሽ ተመለስኩ ።

ሶስና ተከትላኝ መጥታ ከኋላዬ እንደቆመች ግን፣ አላየሁም ነበር። "ሴትየዋን ይቅርታ ከጠየቅሁ በሁሉም መጫወቻዎቼ መጫወት እችላለሁ?" ብላ ስትጠይቅ ሰማኋትና፣ በናትና በልጅ መሀከል እርቅና ሰላም ያወረድኩ ስለመሰለኝ ፈገግ አልኩ። አያልነሽም፣ ያሸናፊነት ስሜት

እየተሰማት፣ "አዎ! ይቅርታ ከጠየቅሽ ትችያሽ።" አለቻት። "እሺ ይቅርታ እጠይቃለሁ።" አለች ሶሰና።

አያልነሽ ስልክ ደውላ የልጁ እናት ስትቀርብ፣ "ሶስና የምትነግርሽ ነገር አለ።" ብላ ስልኩን ለሶሰና ሰጠቻት። ሶስናም እንባዋ ፊትዋ ላይ እየፈሰሰ ስልኩን ተቀብላ፣ "ማሚ 'ባለጌ ልጅ ሆነሻልና ይቅርታ መጠየቅ አለብሽ።' አለችኝ። እኔ ግን ባለጌ ልጅ አይደለሁም። የሰው እቃ አልነካም። 'እረፊ፣ እሱን አታድርጊ!' የተባልኩትን አላደርግም። ግን ማሚ፣ 'ይቅርታ ካልጠየቅሽ መጫወቻዎችሽን አልሰጥሽም።' ስላለች፣ ይቅርታ አርጊልኝ።" ብላ መልስ ሳትጠብቅ ስልኩን ለናትዋ አቀበለች። በአነጋገርዋ እኔም እናትዋም ደነገጥን። አያልነሽ ስልኩን እንዳንጠለጠለች ክው ብላ ቀረች። ትንፋሿ ሲመለስላት ስልኩን ወደጆሮዋ አስጠግታ ሁለተኛ ይቅርታ ጠየቀች።

የሶስና ድርጊት ሁለታችንንም በአርምሞ እንድናስብ አደረገን። መጀመሪያ ይች ትንሽ ልጅ እናትና አባትዋ ባስተማሩዋት መሰረት ልጁ ባለጌ ለመሆኑ ጥርጣሬ አልነበራትም። እሷ ያደረገችው ደግሞ ብልግና አለመሆኑን አምና፣ ለአመነችበት ነገር መቆምዋ ስህተትነቱ አልታይ አለኝ። እኛ አዋቂዎቹ ማድረግ ያቃተንን እሷ ማድረግ መቻልዋ ከማስገረም አልፎ ትልቅ ትምህርት ሰጠኝ። "ተማሪው ሲዘጋጅ አስተማሪው ይደርሳል።" እንዲሉ።

ባለፈው ሰሞን በሬድዮ እና በቴሌቭዥን፣ "የአሜሪካው ፕሬዝዳንት ይቅርታ ጠየቁ።"፣ "የትምህርት ቤቱ ፕሮፌሰር ይቅርታ ጠየቁ።"፣ "የታዋቀው ኳስ ተጫዋች ይቅርታ ጠየቀ።" እየተባለ ሲነገር የነበረውን አስታወሰኝ። እነዚህ ሁሉ ሰዎች እውነት ይቅርታ መጠየቅ ፈልገው ይሆን ይቅርታ

የጠየቁት፣ ወይስ እንደ ሶስና ሁሉ “ይሄንን ካላደረጋችሁ ይሄንኛውን እንወስድባችኋለን። ተብለው ይሆን!” ብዬ አሰብኩ።

አያልነሽ ልጅዋን አስገድዳ ይቅርታ አስጠይቃቻት። በዚህ ድርጊቷ ልጅዋን፣ ሶስናን፣ እንዳሰበችው ይቅርታ መጠየቅን አስተምራት ይሆን? ወይስ ሶስና ናት፣ እናትዋን፣ ያላመኑበት ይቅርታ ሌላ ይቅርታ እንሚያስጠይቅ ያስተማረቻት!!

የዛሬው ቀን እንደዚህ ወደ ትካዜ ይለወጣል የሚል ግምት ጨርሶ አልነበረኝም። ከንቅልፌ ስነቃ ያለወትሮዬ ደስ ብሎኝ ነበር የተነሳሁት። ቀኑም አልተለወጠብኝም፤ እንደጧቱ ሁሉ ደስ ብሎኝ ነበር የዋልኩት። ደስታ ሰውነቴን ስለአፍታታው ነው መሰለኝ፣ ለረጅም ጊዜ ጠልቼው፣ አልነካውም ብየ የተውኩትን ቤት አፀዳሁ። ሙዚቃ ካዳመጥኩም እንዲሁ ቆይቻለሁ። ዛሬ ግን የደስታ ቀን ስለሆነ ማጫወቻዬን አስነስቼ ሲዲዬን ከትቼ ሞቅ ደመቅ ያለ ሙዚቃ እያዳመጥኩ፣ ሲያሻኝ እየደነስኩ፣ ሲያሻኝ አብሬ እየዘፈንኩ ቤቴን አፀዳሁ። ለሳምንት የሚያስፈልገኝን ነገር ሁሉ አዘጋጀሁና ሙዚቃ ማዳመጤን ሳላቋርጥ ወደ በረንዳ ወጣሁ።

የቀኑን ውበት እያደነቅሁ ወንበሬን ስቤ ተቀመጥኩና ዘወትር እሁድ ከሰአት እንደማደርገው መፀሀፍ ማንበቤን ተያያዝኩት። ከጥቂት ደቂቃወች በኋላ ግን ስልኬ ጮኸ። ጩኸቱ ከመፅሀፌ ሊለየኝ ቢሞክርም አልሆነለትም። በጣም የሚያጓጓ ገፅ ላይ ስለነበርኩ ስልኩን ትቼ መፀሀፌን ማንበብ ቀጠልኩ። ጥቂት ቆይቶም ስልኩ እንደገና ጮኸ። "በስደት ኑሮ ውስጥ ያለ ሰው ካልተቸገረ በስተቀር ደጋግሞ አይደውልም።" የሚል እምነት ስላለኝ፣ "ቢያንስ ማን እንደደወለ ማወቅ አለብኝ።" አልኩና ስልኩን ተመለከትኩት። ያ በደስታና በመልካም ሀሳብ ተሞልቶ የነበረ ቀኔ በቅፅበት

ወደ ሀዘን ተቀየረ። ያ ከብዙ ጊዜ በኋላ ቀኑን በደስታ የጀመረው አእምሮዬ ወደ ወትሮው ትካዜ ተመለሰ። የደወለውን ሰው ለማወቅ ስል ስልኩን መመልከቴን ጠላሁት። እቤት ውስጥ ገባሁና፣ ሙዚቃውን ቀየርኩ መፀሀፌንም አጠፍኩ። የወይን ጠጅ ቀዳሁና ያንን ይዤ ወደ በረንዳዬ ተመለስኩ።

እቤት ውስጥ ሙዚቃው ደመቅ ብሎ ይሰማል። ኩኩ ሰብስቤ፣

"እቴ እንዴነሽ ብለህ ሰውም አላክብኝ፣

ፈላጭ ቆራጭ ፍቅርህ እንዳሻው ሲያዝብኝ።" ትላለች።

በዜማ ልከተላት ፈልጌ ነበር፤ ግን ይሄ ሙዚቃ የውስጤን ስላላደረሰልኝ ተንደርድሬ ገባሁና ወደ አስቴር ቀየርኩት። አስቱ ስወድም ስጠላም፣ ስከፋም ስደሰትም፣ የልቤን ታደርስልኛለች።

"ሂድ ደግሞ ፤ ሂድ ደሞ

ኖረህስ የት አለህ፣

ሂድ ደግሞ ፤

ቸር ይግጠምህ ሆዴ፤

ሂድ ደሞ።"

ይሄኛው ሙዚቃ የዛሬ ሙዴን በደንብ ስለሚገጥም፣ አስቴርን እያዳመጥኩ አንዳንዴም አብሬ እየዘፈንኩ ወደ አላሰብኩት አለም በሀሳብ ተሳፍሬ ነጎድኩ።

ከአመት በፊት የነበርኩበትን የደስታ ህይወት በአይነ ልቦናዬ ተመለከትኩት። ያኔ፣ ራሴን አሁን ያለሁበት አዘቅጥ ውስጥ አገኛለሁ የሚል ሀሳብ ጨርሶ አልነበረኝም። የሰው ልጅ

ባሰበውና ባቀደው ጎዳና እንደማይጓዝ እያሰላሰልኩ በትዝታ አለም ውስጥ ሰመጥኩ።

የህቴ ልጅ፣ ሳራ፣ በር ከፍታ አጠገቤ ስትቆም በፍፁም አላየኋትም። ከነበርኩበት አለም የመለሰኝ፣ "እንዴ! ዘንድሮም ይሄ መተከዝ አልቀረም እንዴ!" ያለው የሳራ ድምፅ ነበር። ለወትሮው፣ ሳራ ስትመጣና ስትጠይቀኝ ደስ ይለኝ ነበር። ዛሬ ግን፣ ባትመጣና ትዝታዬን ባታደፈርስብኝ መረጥኩ። "እቴትዬ፣ አመት እኮ አለፈው።" አለችኝ። ለሷ እና ለሌላው አመት ቢመስልም፤ ለኔ፣ ለተሸከምኩት ግን ዘላለም ሆነብኝ። ህሊናዬ መቼም ቢሆን ከዚህ ሸክም እንደማይላቀቅ እያሰላሰልኩ፣ "አወን አመት አለፈው፤ አይገርምም!" አልኳት። "ታዲያ መተከዙ አይበቃም እንዴ?" አለች ሳርዬ በመገረም።

ትካዜ ወይም ትዝታ ሳይጫነኝ፣ ደስታን ለብሼ ከንቅልፌ መንቃቴ ታወሰኝና፣ "ቢበቃ እንኳን ጥሩ ነበር። ዛሬ ግን ደውሎ ነበር፤ ለዚህ ነው ትካዜው ያገረሸብኝ። እና..."

"ደውሎ ነበር?" አለች። "እና" ብዬ የጀመርኩትን ሳልጨርስላት፣ ሳርዬ በጣም ተቻኩላ "እውነትሽን ነው! አፈር ስሆን፣ ደውሎ ምን አለሽ?" አለችኝ።

ትካዜዬን ከውስጤ ተንፍሼ አውጥቼ መልስ ልሰጣት ስዘጋጅ፣ እራሷን እየነቀነቀች፣ "የሚገርመው የሱ መደወል ብቻ ሳይሆን ያንቺም ስልክ ማንሳት ጭምር ነው፣ ግን አፈር ስሆን፣ ለምን ደወልኩ አለሽ?" አለች፤ አሁንም ለወሬ እንደጓጓች።

ሳርዬ ወሬውን የማቋርጠውና ወደ ትካዜ የምመለስ ስለመሰላት፣ የመጀመሪያውን ጥያቄዋን ሳልመልስ ሌላ እየጨመረች ታጣድፈኝ ጀመር። በመጨረሻም፣ "ሲገርም

በጣም ደፋር ሰው! ምን ሆንኩ ብሎ ደወለ?" ብላ ጠየቀች፤ ከበፊቱ ረጋ ባለ ድምፅ።

"የደወለው ደህንነቴን ሊጠይቅ ነው፣" ብዬ አጭር መልስ ሰጠኋት። "ምን?" አለች ሳራ እጅግ ተገርማ። "ደህንነትሽን ሊጠይቅ! አያደርገውም። ላንቺ ደህንነት ቢያስብማ ኖሮ... እሱን እንተወው... ግን አንቺ ምን ብለሽ መለስሽለት?" አለችና አፍጥጣ ታየኝ ጀመር።

አነጋገርዋ ትክክል ቢሆንም፣ "ባነጋገርኩት ቁጥር ስለሚያስከፋኝ ዘወትር ባዝንበትም፣ ስልኩ በጮኸ ቁጥር ልቤ ይሰነጠቃል። ሌላም ብዙ እኔን የሚያበሳጩ ነገሮች ቢያደርገኝም፣ ድምፁን መስማት ያስደስተኛል። በሰላሙ ጊዜ፣ እናትና አባቴ ያወጡት ስም ያነሰው ይመስል ስሜን ቀይሮ ፤ 'የኔ አለም' ፤ 'የኔ ውብ' ፤ 'የኔ እመቤት' ፤ እንዳላለኝ ሁሉ፣ አሁን ስሜን እረስቶ ወሬውን የሚጀምረው 'እኔ እምልሽ' እያለ ሆኖዋል። 'እንደምን ዋልሽ፣ እንደምን አደርሽ' የሚሉት ቃላት ከመዝገበ ቃላቱ እንደተሰረዙ ሁሉ አምልጦት እንኳን ካፉ አይወጡም። እንዲያም ሆኖ ግን ሲደውልልኝ ስልኩን አነሳዋለሁ። አሁንም አንድ ቀን 'የኔ አለም፣ አንድ ነገር ልንገርሽ።' ይለኝ ይሆናል የሚለው ተስፋ በውስጤ ተቀብሯል። 'ምን ልትነግረኝ አሰብክ?' ስለው፣ መልሱ 'ሁልግዜም እወድሻለሁ።' መሆኑን ባውቅም፣ ያንን ለመስማት እጓጓለሁ።

"የኛን ፍቅር ማንም ሆነ ምንም አይለውጠውም።" የሚለውን የድሮ እምነቴን እያስታወስኩ ሳላስበው እልም ብዬ ሄድኩ፤ በትዝታ ባቡር ተሳፍሬ። "እቴትዬ ዘንድሮም ስለሱ ታሳቢያለሽ? እንዴት ብትወጅው ነው!" ብላ፣ ሳራ ትካዜዬን ተካፈለችኝ።

“አይሉም አይሉም
እኔ ለፍቅር አልሰግዮም ብለው አይሉም
አይሉም አይሉም
እኔ ካለሱ አልኖር ብለው አይሉም
የቸገረ ለታ ይደረጋል ሁሉም።

ብዬ አንጎራጎርኩና ፊቴን አዙሬ ወይን ጠጄን ተጎነጨሁ።

ሳርዬም ወደ ውስጥ ገባችና ለራሰዋ ወይን ቀድታ፣ ይዛ መጥታ፣ አብራኝ ተቀመጠች።

“መቼም ለብቻሽ አትጠጭምና ላግዝሽ ብየ ነው።” አለችና እሷም እንደኔው ሁሉ የወይን ጠጁን ተጎነጨች። ቀጥላም፣ “እቴትዬ፣ ለምንድን ነው ስልኩን የምታነሽው? እንደገና ለመታመም? እባክሽ ይህን ስልክ ቁጥርሽን ቀይሪው።” አለች ሳራ፤ በመለማመጥ አይን እያየችኝ።

“እሱ መች ጠፍቶብኝ ነበአአአ—ር፣ ግን ደውሎ ‘እኔ እምልሽ፣ ይሄንን ፈልጌ ነበር... እንደው ሰው ታውቂ ከሆነ ብዬ ነው... እኔ እምልሽ፣ አንድ ጓደኛዬ እንዲህ አይነት ችግር ገጥሟት ነበር፤ ልትረጅያት ትችያለሽ... እኔ እምልሽ አንቺ መቼም ሰው አታጭምና እስቲ ይሄንን የሚሰራ ፈልጊልኝ... እኔ ምልሽ... እኔ ምልሽ...” ይለኛል። መደወሉ ስለሚያስደስተኝ እሰማዋለሁ። እሱ እንደሚለው ብዙ ሰው ስለማውቅ፣ የምችለውን እራሴ፣ የማልችለውን ደግሞ ሰው አስቸግሬ የሚፈልገውን አስደርግለታለሁ። የሚፈልገውን ካገኘ በኋላ ግን ለቀናት አይደውልልኝም። ሲጠፋ፣ ‘ምን አጥፍቼ ይሆን፤ ያልደወለው!’ የሚል ጭንቀት ውስጤን ያላውሰዋል። መቼም አልማርም፣ ሌላ ነገር ፈልጎ ሲደውል፣ ስልኩን ደስ

ብሎኝ አነሳዋለሁ። ድምፁን ሰምቼ፣ አዲስ ትእዛዝ ተቀብዬ ስልኩን ከዘጋሁ በኋላ እንደለመድኩት በትዝታው እብከነከናልሁ። አንዳንዴ ስልኩን ከዘጋሁ በኋላ ያመኛል። ‘ለምን አነሳሁት? ለምን ትእዛዙን እሺ ብዬ ተቀበልኩ?’ እያልኩ እናደዳለሁ። ግን ሳይደውል ሲቀር የባሰ ስለሚያመኝ አነስተኛውን ህመም መርጬ በደወለ ቁጥር ስልኩን አነሳለሁ።” አልኩዋት።

“እቴትዬ! የሚገርመው እኮ፣” አለች ሳራ። “የሚገርመው እኮ፣ ስድስት ወር ጠፍቶ ሲደውል ስልኩን ታነሽለታለሽ፣ ደህና እረሳሽው ብለን ደስ ሲለን፣ እንደገና ይደውላል። አንቺ ደግሞ ያደረገውን፣ ያጠፋውን ሁሉ እረስተሽ እንደ አዲስ ትቀበይዋለሽ። እንዴት ታድሏል!” አለች፣ በስጨት ብላ። “ግን እንደው ለነገሩ ምን አለሽ? አንችስ ምን ተሰማሽ?” ብላ አከታትላ ጠየቀች።

“እንደምታውቂው ከደወለ ቆይቷል። ታዲያ፣ ስልኬ ሲጮህና ስሙን ሳየው ልቤ ስንጥቅ አለ። ምንነቱን የማላውቀው ስሜት ውስጤን ወረረው። ‘ፍቅርንና ጥላቻን የሚለየው መስመር በጣም ቀጭን ነው።’ ይላሉ። እውነት ሳይሆን ይቀራል! ልቤን የሚያስጨንቀው ስሜት፣ ምንጩ ፍቅር ይሆን ጥላቻ መለየት አቅቶኛል።”

ሳርዬ ጊዜን ወደኋላ ጠምዝዛ፣ ስልኩን እንዳላነሳ ማድረግ የምትችል ይመስል፣ ፊቱዋን ኩስትር አድርጋ በንዴት ታየኝ ጀመር።

“ላንሳው፣ አላንሳው፣ እያልኩ ከራሴ ጋር በጣም ታገልኩ። ‘ለምን ደወለ? ይሄንን ያህል ጊዜ ልሙት፣ ልዳን፣ ግድ ያልሰጠው ሰውዬ አሁን ለምን ደወለ?’ ብዬ እራሴን ጠየቅሁ። መልሱ አስቸጋሪ አልነበረም። ‘አንድ ነገር ፈልጎ

መሆን አለበት። ስለዚህ ባነሳው እንደተለመደው ሊያናድደኝ ስለሚችል፣ አላነሳም።' ብዬ ወሰንኩ።"

"ጎሽ!" አለች ሳርዬ፤ የደበረኝ በመደወሉ ተናድጄ ስለመሰላት። "ደግ አደረግሽ! እንኳንም አላነሳሽው።" አለችኝ። ግን ፊቴ የሚያስተላልፍላት መልእክት፣ አፌ ከሚያወራላት የተለየ ነው መሰለኝ፣ "አነሳሽው ወይስ በውሳኔሽ ፀናሽ!" አለች፤ ተስፋ መቁረጥና ቁጣ በተቀላቀሉበት ድምፅ።

መልስ ሳልሰጣት ወሬውን ቀጠልኩ። "ግን ባይጨንቀውና ባይቸግረው፣ ከዚህ ሁሉ ጊዜ በኋላ እኔጋ አይደውልም ነበር። አንድ ነገር ሆነ ሲባል ሰምቼ ከሚቆጨኝ፣ ግድ የለም ላንሳው።" እያልኩ ከራሴ ጋር ስሟገት ስልኩ ተዘጋ። "እሰይ!" አለች፤ ስለደወለ ብቻ እንዲህ እንደማልተክዝ ብታውቅም።

ነፍሴ ለጥቂት ደቂቃዎች እረፍት አገኘች። "እዛው ቦታ ቆሜ መልሶ ቢደውል ግን አነሳዋለሁ።" እያልኩ ሳስብ፣ ስልኩ እንደገና ጮኸ። ሰውነቴ እንደገና ለሁለት ተከፈለ። አንደኛው ክፍል 'ዋ! ንክች ታደርጊያትና! አሁን ይሄንን ስልክ በገዛ እጅሽ አንስተሽ ለምን ትናደጃለሽ?' የሚል ትግል ውስጤ እንደገና ተጀመረ።

'የሚሆነውን ጠንቅቀሽ ታውቂያለሽ። ድምፁን ስትሰሚ መታመምሽ አይቀርም። ለምን እራስሽን ለበሽታ ትዳርጊያለሽ?' የሚል ውስጣዊ ሀይል ራሴን ይሞግተኝ ጀመር። ስልኩን አንስቼ ብይዘውም፣ መናገር አቅቶኝ ስታገል፣ ስልኩ እንደገና ተዘጋ።"

" 'ደግሞ ደወለ።' እንዳትይኝ ብቻ!" አለች ሳርዬ፤ ወሬውን የማቋርጥባት መስሏት አይን አይኔን እያየችኝ።

አይንዋ በንዴት ቦግ ብሎ በርቷል። ንዴቱ ነው መሰለኝ ቁና ቁና ያስተነፍሳታል። ብታገኘው የምትደበድበው፣ ቢያንስ ቢያንስ የምትነክሰው ትመስላለች።

"ለትንሽ ደቂቃዎች ስልኩ ዝም አለ። እኔ ግን በትዝታ እየተንሳፈፍኩ የድሮው ህይወታችን ውስጥ እንደገና ገባሁ። በቀን ሰባት ጊዜ 'የኔ አለም ናፈቅሽኝ!' ይለኝ የነበረውን አስታወስኩ። 'የኔ ውብ እንደምወድሽ ነግሬሻለሁ?' የሚለው ድምፁ ጆሮዬ ውስጥ ዘው ብሎ ገባ። 'ደውሎ ያጣኛል' በሚል ፍራቻ ቀኑን ሙሉ ስልኩን በጄ እንደጨበጥኩ እውል እንደነበር ሳስብ፣ እንባዬ ኩለል ብሎ ወረደ። ባስለመደኝ ሰአት ሳይደውል ከቀረ እንዴት ያነጫንጨኝ እንደነበር ወይም ደውሎ ማንሳት ካልቻልኩኝ ነፍሴ ከስጋዬ ልትላቀቅ ትደርስ እንደነበር አሰብኩና የሰው ልጅ መሆን የሚያስከትለው ፍዳ ግልፅ ብሎ ታዬኝ። አሁን ስልኩን ላንሳ፣ አላንሳ፣ እያልኩ ከራሴ ጋር መታገሌን ከድሮው አመሌ ጋር ሳነፃፅረው ደግሞ በጣም አስገረመኝ።

'አይሉም አይሉም እኔ ካለሱ አልኖር ብለው አይሉም
የቸገረ ለታ ይደረጋል ሁሉም።'

ብዬ አንጎራጎርኩ። እሱጋ የመደወል ፍላጎት ግን ጨርሶ አልነበረኝም። የፍቅራችንን ጊዜ እያሰብኩ እንባዬን ጠራረግሁና ወደ በረንዳ ወጣሁ። በሰላም የተጀመረው ቀን በሀዘንና በልቅሶ ታጠበ። የማደርገው ነገር ሳጣ ወደ መፀሀፌ ተመለስኩ። ግን፣ ማንበብ ተሳነኝ።"

ታሪኩ እዚህጋ እንዳላቆመ የገባት ሳርዬ፣ "የወይን ጠጁና ሙዚቃው የመልስ ምት ነዋ!" ብላ ፈገግ አለች። ወሬው እንዳይቆም መማፀኗ ነው መሰለኝ አይን አይኔን ታየኝ ጀመር።

"የመልስ ምት አልሽው?" ብዬ እኔም በተራዬ ፈገግ አልኩና ወይኔን ተጎነጨሁ። ተመልሼ በሀሳብ እንዳልሰምጥ የፈራችው ሳርዬ፣ "ምን ተሰማሽ?" ብላ ጠየቀችኝ።

"ከመፅሀፍ ጋር ከያዝኩት ግብግብ እና ከሰመጥኩበት የሀሳብ ውዥንብር ውስጥ ስልኩ መልሶ ሲጮህ ነቃሁ። አሁንም የደወለው እሱ ነበር። የሞት ሞቴን፣ 'አታንሽው!' የሚለውን የውስጥ ድምፅ አሸንፌ ስልኩን አነሳሁትና 'ሀሎ' አልኩ፤ ማንሳቴን እየጠላሁትና 'ምን ሊለኝ ይሆን? ምን በሽታ ሊያሸክመኝ ይሆን?" በሚል ፍርሀት ተዘፍቄ፣ 'ሀሎ' አልኩ።

'ምነው እማዬ ስደውል ስደውል ስልኩን ሳትመልሽው ቀረሽ?' አለኝ። ይባሱን ደነገጥኩ። ከረጅም ግዜ በኋላ፣ 'እኔ እምልሽ' ብሎ ወሬ አልጀመረም። ይሄ ያልታሰበ አጠራሩ ውስጤን አናወጠው። ደገመና፣ 'እማዬ ምነው ደህና አይደለሽም?' አለኝ። ልመልስ፣ አልመልስ፣ በሚል ትግል ውስጤ ይተራመስ ጀመር። ናፍቆት፤ የድምፁ መለስለስ፤ ያለወትሮው እንደድሮው ሁሉ በፍቅር ቁልምጫ መጣራቱ፤ ይሄ ሁሉ ተመሳጥሮ ሰውነቴን ነዘረኝ።

እሱ ግን፣ ስለ ደህንነቴ የተቆረቆረ አስመስሎ፣ 'ስልክሽ ሳይነሳ ሲቀር እንዴት እንደደነገጥኩ አትጠይቂኝ።' አለና፣ በመሀላችን ሌላ ምንም ነገር እንዳልተፈጠረ ሁሉ ወሬውን ቀጠለ።

ለጥቂት ደቂቃዎች 'እኔ እምልሽ' ይላል በሚል ፍራቻ ዝም አልኩ። ከአሁን አሁን፣ 'እንደዚህ የሚያረግ ሰው ታውቂያለሽ?' ሊል ነው እያልኩ ስጠብቅ ወደዛ አላመራም። ድሮ፣ በፍቅር አየር ላይ ያንሳፍፈኝ የነበረውና ሁሌም በጉጉት እጠብቀው ወደነበረ፣ አሁንም እንደገና ይመለሳል የሚለው

ተስፋዬ ያልሞተለት የፍቅር ወሬ ውስጥ ያለ ምንም ማስጠንቀቂያ ዘው ብሎ ገባ።

አቋረጥኩትና፣ 'ለምን ደወልክ የኔ ፍቅር?' ብዬ ጠየቅሁ።"

"የኔ ፍቅር!" አለች፤ ሳራ ተገርማ። ምናልባት እሷ የጠበቀችው ምሬቴንና "ምን ፈልገህ ደወልክ?" የሚለውን የንዴት ጥያቄ ሳይሆን አልቀረም። ለኔ ግን ንዴቱ አልመጣልኝም።

"እንኳንስ እንዲህ በለሰለሰ አንደበት አናግሮኝ፣ በመጥፎውም ቀን ቢሆን 'የኔ ፍቅር' እንጂ ሌላ ስም ሰጥቼው አላውቅም። አወን፣ ፍቅሬን ካገኘሁት ቀን ጀምሮ የምጠራው 'የኔ ፍቅር' ብዬ ስለነበር አሁን ስሙን የመለወጡ ነገር ጨርሶ አልመጣልኝም። በሌላ ስም ከጠራሁት ከሌላ ሰው ጋር የማወራ ይመስለኛልና፣ ለዚያም ሊሆን ይችላል። ብቻ፣ 'ለምን ደወልክ የኔ ፍቅር?' አልኩት።"

"ስትገርሚ!" አለች ሳራ፤ ትዝብትና ሀዘኔታ በተቀላቀለበት አስተያየት እያየችኝ። ወሬው እንዲያልቅ የፈለገች ግን አትመስልም ነበር። ወይኗን ጉንጨት አለችና፣ "ምን ብሎ መለሰልሽ?" አለች።

"እሱ የሚለው መቼ ያጣል! 'ምን ማለትሽ ነው?' አለኝ፤ ትንሽ እንደመደንገጥ ብሎ።" የሰው ልጅ ያለ ምንም ምክንያት ስድስት ወር ያላናገራትን ሴት ስልክ አንስቶ አይደውልላትም፤ ስለዚህ፣ "ምን ልርዳህ፣ ምን ላስተካክልልህ፣ የፈለከው ምንድን ነው?" ብዬ ጠየቅሁት።

"ለጥቂት ደቂቃዎች ዝም አለ። ዝምታው ደግሞ ይባስ አስደነገጠኝ። 'አንድ ነገር ሆኖ ይሆን እንዴ' ብዬ ሰጋሁ።

ከዝምታው በኋላ በረጅሙ ተንፍሶ፣ 'ሳቅሽ ናፈቀኝ፤ ለዚህ ነው የደወልኩልሽ።' አለኝ።"

"ወይኔ ጉዴ!" አለች ሳራ፤ እንባ ያቀረረውን አይኔን ትክ ብላ እየተመለከተች። "የዚህን መልስ መስማት ያስፈልጋል።" አለች፤ ማልቀስ ጀምሬ ወሬው እንዳይቋረጥባት መስጋቷን በሚያሳብቁና በሚያባብሉ፣ ትላልቅ አይኖችዋ እያየችኝ።

"ደንግጬ፣ 'የኔ ሳቅ አልኩት?' 'አወን፣ ሳቅሽ ብቻ ሳይሆን፣ ሳቃችን ናፈቀኝ።" አለኝ፤ ምንም ሳያፍር። በአነጋገሩ ተገርሜ መልስ መስጠት አቃተኝ። 'ምነው ዝም አልሽ እማዬ!' አለ፤ በዚያ በሚያባብለው ድምፁ። 'እርግጥ ሳቄ ነበርክ። ብዙውን ህይወታችንንም አብረን ስቀን አሳልፈነዋል። ሳቅሽ ትዝ አለኝ፣ ብትል በፍፁም አይገርመኝም። ግን አሁን ሳቄ ሳትሆን እንባዬ ነህ። እንደድሮዬ ልስቅልህ አልችልም።" አልኩት፤ እውነቱን ተናግሬ የመሸበት ለማደር ቆርጬ።

" 'እኔ እኮ' አለና፣ የጀመረውን ሀሳብ ሳይጨርስ ዝም አለ። 'አንተ እኮ፣ ምን?' ብዬ ጠየቅሁት። 'እኔ እኮ የማልደውለው እንዳልረብሽሽ ብዬ ነው እንጂ ሳለስብሽ ቀርቼ አይደለም።' አለኝ። 'እንግዲያው በመጀመሪያው ሀሳብህ ፀናና እኔ ጋር መደወልህን ተው።' አልኩት። 'ውይ የኔ ቆንጆ፣ እንዲህማ አትይኝም። እኔና አንቺ እኮ' ብሎ አሁንም የጀመረውን ሀሳብ ሳይጨርስ አቆመ። 'እኔና አንተ ምን? ምን ማለት ፈለግህ ነው?' አልኩ፤ መጀመሪያውኑ ለምን ስልኩን እዳነሳሁ እራሴን በንዴት እየጠየቅሁ። 'በቃ ይሄው ነው፣ ከውስጥሽ ሙልጭ ብዬ ወጥቻለሁ ማለት ነው? አንዳንዴ እንኳን ትዝ አልልሽም? አንዳንዴ እንኩዋን ፍቅራችን ከስር ገንፍሎ ወጥቶ አያውክሽም? አንዳንዴ እንኳን ወይኔ! አያሰኝሽም?' አለኝ።

ጆሮዬ የሰማውን ማመን አቃተው፤ ያበደ እንጂ ጤነኛ ሰው መሆኑን ተጠራጠርኩ። ደግነቱ የማወራው በስልክ ነው እንጂ አጠገቤ ቢሆን ኖሮ የሆነ ነገር ወርውሬ ብፈነክተው ደስ ይለኝ ነበር። ግን ለረጅም ጊዜ የፈለግሁትን እውነት ለማግኘት ከዚህ የተሻለ አጋጣሚ እንደማይኖር ስለተረዳሁ እኔም እውነት ብቻ መናገርን መረጥኩ። 'ባልረሳህስ፤ ህይወቴ እስካሁን ካንተ ተቆራኝታ ያንተን ፍቅር የሙጥኝ ብላ የያዘች ብትሆንስ፣ እንደ ልማዴ ማታ ስተኛ ደህና እደር የኔ ፍቅር፣ ጠዋት ሲነጋ እንዴት አደርክ ሆዴ፤ የተሰኙት ቃላት ከአፌ ጠፍተው ባያውቁስ? ሌሊት ስባንን ተኝተህበት የነበረውን ዳስሼ መኖርህን ለማወቅ እጄን መላኬን አላቋረጥኩም፣ ብዬ ብነግርህ ላንተ ምን ትርጉም ይሰጥሀል። ስድስት ወራት ሙሉ ትዝ ሳልልህ ቀርቼ ዛሬ የደወልክልኝ፣ ምን ያህል እንደተናፍቅህ ለማወቅ ፈልገህ ነው!?' አልኩ፤ ንዴት በተቀላቀለበት ድምፅ።

'የኔ ቆንጆ ተይ እንጂ፣ እባክሽ እንደዚህ አትሁኝ።' አለኝ፤ የለሰለሰ ድምፁን በይበልጥ አለስልሶ። 'እንዴት ብሆንልህ ትመርጣለህ?' አልኩ። ከአመት በፊት የነገረኝን አያስታወስኩ፤ 'አንተ እኔን መውደድ ስላቆምክ እኔም አንተን መውደዴን የማቆም መሰለህ?' ብዬ ጠየቅሁ።

በረጅሙ ሲተነፍስ አጠገቤ ያለ እንጂ በስልክ የማናግረው አይመስልም። ለመናገር እየሞከረ፣ ቃላቱ ግን በጉሮሮው እየተሰነቀሩ ሲተናነቁት ይሰሙኛል። እንዲያም ሆኖ ግን ስልኩን ሳይዘጋው በፊት ለረጅም ጊዜ መልስ ያላገኘሁለትን እንቆቅልሽ ዛሬ ለመፍታት ቆርጫለሁ። ለአንዴ እና ለመጨረሻ ጊዜ ጥያቄዎቼን ሁሉ ማቅረብ ነበረብኝ።

'የኔ ፍቅር' ብዬ ጀመርኩ፤ ሁሌም እንደማደርገው ሁሉ። "የኔ ፍቅር፣ ከደወልክ አይቀር አንድ ነገር ልጠይቅህ። ለምን ተለወጥክ፤ ለምን አለም የቀናበት ፍቅራችንን በተንከው፤ ለምን ሳቂ ትዳሬ ህይወቴ እንቺ ነሽ፤ ያላንቺ ሙሉ አልሆንም ትለኝ የነበረውን ተመጦ እንዳለቀ ሸንኮራ ከሜዳ ተፋኸው? ከሁሉም በላይ ግን መሀከላችን ምን እንደተፈጠረ ሳትነግረኝ፣ ጥፋቴ ምን እንደሆነ ሳታስረዳኝ፣ ለምን መለያየት እንዳለብን ሳላውቅና ፍቅራችንን ለማዳን የሙከራ እድል እንኳን ሳትሰጠኝ ለምን ተነጥለኸኝ ሄደክ? ተኩዋርፈን ጀንበር እንዳትጠልቅብን የተማማልነውን እረስተህ፣ ነገር አርግዘህ ነገር ወለድክብኝ። ታዲያ እኔ ጠንቋይ አልቀልብ! ጥፋቴን ሳላውቅ፣ ፍቅሬን የጠላህበት፣ ፍቅሬን ይተውክበት ምክንያት ምን እንደሆነ ለማወቅ ከራሴ ጋር ስጣላና ራሴን በራሴ ሳሰቃይ፣ እያየህ ስቃዬንና ጭንቀቴን ለምን በዝምታ አሳለፍከው? ለምንስ ምክንያቱን ፍርጥርጥ አድርገህ አልነገርከኝም?" አልኩና ታምቆ የቆየ የጥያቄ ናዳዬን አወረድኩበት።

"የታባቱ! ደግ አደረግሽ!" ወይም "እንዴት ያሳዝናል!" ስትል የዋለችዋ ሳራ እንኳን ባንዴ ተለውጣ፣ "ወይኔ! በናትሽ፣ ይሄንን ሁሉ!" አለችኝ። ብቻ፣ ወሬው እንዲቀጥል ስለፈለገች፣ "ከዛስ፣ በናትሽ፣ ምን አለ?" ብላ፣ ተንጠራራችና የወይን ብርጭቆዋን አነሳች።

"መልስ መስጠት የፈለገ አይመስልም። ለመናገር ይሞክርና የሆነ ሲቃ ድምፁን ይሰብረዋል። ሆኖም ከጥቂት ኡሁ! ኡሁ! ወይም እምም... በኋላ 'በስማም፣ ይሄንን ሁሉ ቂም ቋጥረሻል? ይሄንን ያህል አስቀይሜሻለሁ?' አለና ኑዛዜውን ጀመረ።

'አልጠላሁሽም፤ ጠልቼሽም አላውቅም፤ መቼም ቢሆን የምጠላሽ አይመስለኝም። አሁንም ህይወቴ ነሽ፣ ግን ፈራሁ። ፍቅርሽ የሚመለክ ጣኦት ሆነብኝና ፈራሁ።' አለኝ።

'ምን!?' አልኩ፤ ወይ እኔ ወይ እሱ ያበድን እንጅ ሁለት ጤነኛ ሰዎች የምንነጋገረው ወሬ ስላልመሰለኝ። ምናልባት በደንብ አልሰማሁ ይሆናል ብዬ፣ 'ምን ማለት ነው፤ አልጠላሁሽም ማለት? ምንድነው የፈራኸው? እኔ የሚያስፈራ ነገር አለኝ እንዴ? ለመሆኑ ከመቼ ጀምሮ ነው ፍቅር ጣኦት የሆነው?' አልኩ፤ ያለውን እንዲደግምልኝ እየፈለግኩ። ጣኦት በሰው ልጆች ላይ የሚያሰፍረውን ፍርሀት፣ የኔም ፍቅር በጣኦት ተመስሎ፣ ያን ያህል ህይወቱን በፍርሀት እንዳናወጠው መናዘዙ፣ የበቀል ስሜቴን በትንሹም ቢሆን አርክቶልኛል።

ሆኖም፣ እንደድሮው ሁሉ በለሰለሰ አንደበቱ ሊያታልለኝ እንዳሰበ በመጠርጠር፣ የልቤን በር ላለመክፈት እራሴን አዘጋጀሁና፣ 'የኔ ፍቅር!' አልኩት፤ እኔም በለሰለሰ አንደበት። 'የኔ ፍቅር፣ በኔና በአንተ መሀከል እንዴት ፍራቻ ቦታ አግኝቶ ገባ? መቼና ምን ተቀይሮ ነው አንተ እኔን የፈራኸኝ?' ብዬ ጥያቄዎቼን ደረደርኩ።

አሁንም ድምፁ እየተቆራረጠ ኑዛዜውን ካቆመበት ቀጠለ። 'ፍራቻ መልክ አለው፤ የኔ ስጋትና ፍራቻ ግን ፍቅርሽ ወደ አምልኮነት ስለተቀየረብኝ ነበር። ትተሽኝ ትሄጃለሽ የሚል ሃሳብ ውስጤን አስጨነቀው። ያንቺ ፍቅረኛ ለመሆን የነበረኝንም ብቃት መጠርጠር ጀመርኩ። በየቀኑና በየአጋጣሚው ሁሉ አንቺ ከፍ ባልሽ ቁጥር እራሴን አሳነሰኩትና እኔ እኔነቴን እስኪጠራጠር ድረስ የማላውቀው ስጋትና ፍርሀት ውስጤን ወረረው። ፍራቴና ጭንቀቴ በጨመሩ

ቁጥር ሀሳቤና ሰውነቴ ካንቺ መሸሽ ጀመሩ። ቀስ በቀስ፣ ፍራቻዬን እውነት አደረግሁት። ለጊዜው እንጂ ለዘለቄታው እንደማታዋጭኝ፣ ፍቅራችን ቢቀዘቅዝ ወይም በሀብትም ሆነ በመልክ ከእኔ የተሻለ ብቅ ሲል ትተሽኝ እንደምትሄጂ ራሴው መካሪ ሆኜ ራሴኑ አሳመንኩት። ፍርሀት፣ እኔው በከፈትኩለት ቀዳዳ ገብቶ ፍቅሬን ቀማኝ። የኔ ቆንጆ፣ ይሄው ነው ታሪኩ። ከዚህ ውጭ ግን አንችን የሚጠላ አጥንት በሰውነቴ ውስጥ የለም።' ”

“በናትሽ፣ እንዴት ያሳዝናል።” አለች ሳርዬ፣ እንባ ያረገዙ አይኖቿን እየታገለች። መጀመሪያ ደውሎ እንደነበር ስነግራት ከነበረችበት የንዴትና የጥላቻ ባህር ወጥታልች፤ እንዲያውም ርህራሄ አሸንፎ ካባውን አልብሷታል።

ለምን እንዳዘነችለት ስላልገባኝ አፈጠጥኩባት። “ውይ! ያሳዝናል፤ በናትሽ፣ ትንሽም አላዘንሽለት?” አለችኝ፤ እስከናካቴው። ቀጠለችና፣ “ለወንድ ልጅ ፍቅሩንና ድክመቱን መናዘዝ ምን ያህል እንደሚከብደው አታውቂም? እቴትዬ፣ ባይወድሽ እኮ የህን ያህል አይለፈልፍም ነበር።” አለች፤ ወደ ወሬው ለመመለስ መፈለጓ በግልፅ እያስታወቀባት።

“እውነቱን ስለነገረኝ ደስ ቢለኝም፤ አብረን የለመድነውን፣ አብረን የሳቅነውን እና አብረን የገነባነውን ሁሉ በፍርሀት አሳቦ ስላፈረሰው በጣም ተናደድኩ። ምንድነው ያስፈራው! እራሴን ከፍ ከፍ አድርጌ እሱን ዝቅ ያደረኩበት ቀን አልነበርም። እንዲያውም ከስራዬ እንደ አንዱ አድርጌ የቆጠርኩት እሱን ከፍ ከፍ ማድረግን ነበር። እሱ ከፍ ብሎ ሲታይልኝና እኔም ከጎኑ ስቆም ነበር፤ ኩራቴ። አሁን ታድያ ለፈሪ ምን ተብሎ መልስ ይሰጠዋል። ለአንድ አፍታ መናገር ቀርቶ ማሰብ እንኳ ተሳነኝ። የምለው ነገር ስላጣሁ ሳይሆን አይቀርም በዝምታ ተዋጥኩ።

ይሄ ፍርሀት ሲጀምረው ቢያዋየኝ ኖሮ፣ እንደ ልማዳችን ስናወራ አድረን፣ ተላቅሰን፣ ተሳስቀን፣ ሲነጋ ችግሩን እንፈታው ነበር። ለብቻው ፍርሀትን ሲታገል ከርሞ፣ መሸነፉን ሲያውቅ፣ የማታስፈራው ሌላ ሴት ወዶ፣ ውስጤን ካደማው፣ ፍቅሬን ከገደለው፣ አብረን ያለምነውን፣ አብረን የገነባነውን በሙሉ ከአፈረሰው በኋላ፣ አሁን ችግሩን ቢነግረኝ ምን ለውጥ ያመጣል? ለፈሪስ ሰው ምን መልስ ሊሰጠው ይችላል? እንዲያ ከራሴ ጋር ስታገል፣ 'ውቢት አትዘኝብኝ፣ ወድጄ አይደለም እኮ!' አለኝ። 'ይሄንን እዳ፣ ወድጄ፣ አስቤ ወይም መርጬ አልተሸከምኩትም። ግን ያንቺ እያደር ትልቅ መሆን እኔን አሳነሰኝና ህሊናዬ ለፈጠረው ፍርሀት አሳልፎ ሰጠኝ። ፍርሀቴ ደግሞ ሌላ ፍርሀት እየወለደ አናሳነቴን አጎላው። ወድጄ አይደለም።' አለኝ።

'እውነት ለመናገር፣ ለምትወዳት ሴት የውስጥህን መናገር ካልቻልክ እውነትም ትንሽ ነህ።' ብለው እመርጥ ነበር። ግን ዝም አልኩ። መልስ መስጠትም አቃተኝ። መናገር ብፈልግ እንኳን እንባዬ እየተናነቀኝ መናገር ተቸገርኩ። 'ለምን ዝም ትያለሽ? ለምን አትቆጭም? ለምን መልስ አትሰጭኝም?' አለ፣ ከዝምታዬ ይልቅ ቁጣዬን መርጦ። ለምን መልስ እንደማልሰጠው ግን ለራሴም ግራ ሆነብኝ።

'የኔ አለም! አንቺ ከጎኔ ሁኚ እንጂ ሰማይ ቅርቤ ነው።' ባልክበት አፍህ፣ 'የኔ ውብ! አንቺ ከጎኔ ካልጠፋሽ የማልፈታው የአለም ውጥንቅጥ አይኖርም።' ብለህ በፎከርክበት አንደበትህ፣ 'የኔ ፍቅር! እኔና አንቺ የዘላለም ነን።' ባልክበት ልሳንህ፣ ፍቅራችንን የፈታኸው ከኔ ማነሱ አስፈርቶህ እንደሆን ከነገርከኝ በኋላ ምን ብዬ እንድመልስልህ ትፈልጋለህ? ሰው የቀናበት ፍቅራችንን፣ ገና እንቡጥ የነበርው

ህይወታችንን ቀንጥሰህ ካደረቅኸው በኋላ ከኔ መልስ መጠበቅህ የሚገርማል። ለነገሩ 'እችላለሁ ያለ ሁሉን ይችላል አልችልም ያለም እውነቱን ነው።' ይባል የለ! 'አልችልም! ፍርሀት አሸነፈኝ።' ካልክ እውነትክን መሆን አለበት።

እንደ ምርጫህ ይሁንልህ። የሚያስገርመው እችላለሁ ባልክበት ጊዜ ከየት ተነስተን የት እንደደረስን ዞር ብለህ ለማየት አለመቻልህ ነው።' አልኩት።

'ውቢት' አለኝ። እጓጓለት የነበረው አጠራር፣ ለመጀመሪያ ጊዜ እንደ እሬት መረረኝ። በሰላሙ ጊዜ ሰው መሀከል ሆነን በስሜ ሲጠራኝ ቅር ይለኝ የነበርኩ ሴት፣ ዛሬ ወላጆቼ የሰጡኝ ስም እንዳለኝ ላስታውሰው ፈልጌ ነበር። ግን፣ ያን ከማድረጌ በፊት ማወቅ የምፈልጋቸው ነገሮች ስለነበሩ፣ የስሜን ጉዳይ ትቼ ወደ ጥያቄዎቼ አመራሁ። 'ዛሬ ለምን ደወልክ? ከዚህ ሁሉ ጊዜ በኋላ ዛሬ ለምን አሰብከኝ? ስልኩን አንስተህ የኔን ቁጥር ፈልገህ ስትጫን ምን እያሰብክ፣ ምን እያብሰለሰልክ ነበር?' አልኩና፣ ከደረቴ ላይ ትልቅ ሸክም እንደተነሳልኝ ሁሉ የእፎይታ ትንፋሽ ተነፈስኩ።

'እሱማ፣' አለ፤ አሁንም ለመናገር ሲሞክር ድምፁ እየተቆራረጠ። 'እየውልሽ ውቢት፣ ከውስጤ ላወጣሽ አልቻልኩም። አእምሮዬ አንቺን ብቻ በማሰብ እረፍት ነሳኝ። ልረሳሽ ብሞክርም ከጥቅሙ ጉዳቱ አመዘነብኝ። ምናልባት ይቅርታ ብታደርጊልኝና ጓደኝነታችን ባይጠፋ የሚል ተስፋ በልቤ ይዤ ነበር የደወልኩልሽ።' አለኝ። ቀጠለና፣ 'ከማንም ሆነ ከምንም በላይ የምወድሽ ጓደኛዬ እንደነበርሽ ታውቂያለሽ፤ ጥፋቱ ሁሉ የኔ ነውና ጉዳቱ ሁሉ የኔ ይሁን። እባክሽ ጓደኛዬ ሁኚ፤ ይህቺን ልመናዬን አትንፈጊኝ። ከምንም ነገር በላይ ያስተሳሰረን ጓደኝነታችን እንደነበር ታውቂዋለሽ።

ውስጤንና ብሶቴን የማዋይሽ እኔነቴን ጠንቅቀሽ የምታውቂ ጓደኛዬ ነሽና ይቅርታን አትንፈገኝ። ብንጣላ ብንጨቃጨቅ መልሰን እንድንገጥም የሚያደርግ ጓደኝነታችን ነበር። ስለዚህ ትንሽ፣ እንደው ትንሽ እንኳን ውስጥሽ የቀረ ነገር ካለ፣ እባክሽ አትግደይው ልልሽ ፈልጌ ነው፣ የደወልኩት።' አለኝ።

"ወይኔ! እንዴት ያሳዝናል።" አለች ሳርዬ፣ እንደኔ ሁሉ የሷዋም አይኖች በእንባ ተሞልተው። "በማሚ ሞት ምን አልሽው?" አለች፣ ወሬው ቢያሳዝናትም እንደጣማት በሚያሳብቅ አስተያዬት። አይንዋ ከማቀፊያው ተጎልጉሎ ወጥቶ በቅጡ ለማየት ይታገላል። የምሰጠው መልስ እኔን ብቻ ሳየሆን እራሷንም እንዳይጎዳት እያሰበች። 'ስሞትልሽ! ምን አልሽው?" አለች፣ እንደገና።

'ጓደኛ! እኔ ያንተ ጓደኛ፣ ከዚህ በኃላ!?' አልኩ፣ ከጥያቄው ይልቅ ድፍረቱ እየገረመኝ። 'ውቢት አልከኝ! አለማፈርህ ያስገርማል ከዚህ በኋላማ የኔና ያንተ ጓደኝነት በፍፁም አይታሰብም። እኔማ፣ የጓደኝነትን ሚስጥር እና ክብር ለማታውቅ ላንተ፣ ጓደኛ ልሆን አልችልም። አብረን ላሳለፍነው ዘመን እግዚአብሄር...ይስጥህ። አሁን እንባዬ ብትሆንም አብረን ለሳቅነው አብረን ላለቀስነው ወይም በፍቅር ህይወት አብረን ለተንሳፈፍንበት ዘመን ምስጋናዬ ከልብ ነው። ምንም ጊዜ ቢሆን አልረሳህም። እንደ መረጥከኝ ብትቀር ምርጫዬ ነበር። ግን ሌላ ሰው መርጫለሁ ብለህልና ከዚህ በኋላ ጓደኛህ እሷ ናት ፍቅርህም እሷው ናት። ደስታህም ሀዘንክም እንባህና ሳቅህም ከሷ ጋር ነው። ስለዚህ የኔ ጓደኝነት ይቅርብህና የሷን ጓደኝነት አጥብቀህ ያዝ።' ብዬ መለስኩለት።" ስላት፣ ለምን እንደሁ ባይገባኝም ሳርዬን፣ ከብለል ብለው በወረዱት እንባዎቿ መካከል ፈገግ ስትል

አየኋት። ግን፣ ብዙም ሳትቆይ ወደ ሀዘንዋ ተመለሰችና “ሲያሳዝን!” አለች፤ ቅስስ ባለ ድምፅ። “መጨረሻችሁስ ምን ሆነ?” አለች፤ አሁንም ከሀዘኗ ሳትላቀቅ።

‘ውቢት ለምን ታመሪያለሽ፤ እኔና አንቺ ከተስማማን የማይሆን ነገር የለም።’ አለኝ፤ ሀብለ ድምፁን የሚያነዝረው ሀይል እየደከመና እየሰባበረ። ሳራ ምኞቷ ለራሷም ተማቶባታል። የኔን ደስታ ትፈልጋለች፤ ግን እሱም ያለበት እንቆቅልሽ አሳዝኗታል። ብቻ፣

“ውይ! መስማማቱ ይቅር፣ ግን መልስሽ ምን ሆነ?” ብላ ጠየቀች።

“መልስ ለሱ ከመስጠቴ በፊት ሰውነቴ ሲግል፣ ንዴቴም ሲጨምር ተሰማኝ። ደግነቱ፣ አጠገቤ የለም። ‘ምን አልክ!?’ አልኩት፤ በጣም ተገርሜ። ‘እኔና አንቺ አልክ፣ አለማፈርህ ይደንቃል። እኔና አንቺ የሚባል ነገር የለም። አሁን ያለው አንተና እሷ ናችሁ። ብወድህም ለሌላ ሴት እንባ ምክንያት አልሆንም። ብወድህም ላንተ እቁባት አልሆንም። ብወድህም ጓደኛህ አይደለሁም። ይልቅ ስልኩን ዝጋና ማባበልን በተካነው እንደበትህ ሂድና ባወጣህላት ስም አባብላት።’ ብዬ መለስኩለት።

በረጅሙ ተነፈሰና፣ ‘እና፣ በቃ! የእኔና ያንቺ ነገር እዚህ ላይ አለቀ፣ እዚህ ላይ አቆመ?’ አለ፤ ጥያቄ ይሁን የውይይታችን መደምደሚያ በማይለይ አነጋገር። ከዚህ በፊት ተሰምቶኝ የማያውቅ ንዴት ሰውነቴን ወረረው። ‘የኔና ያንተ ነገር ያለቀው ለፍርሃት የሰገድክ እለት ነበር።’ አልኩና ስልኩን ዘጋሁት። አንቺ የመጣሽው ስልኩን ከዘጋሁት ከጥቂት ደቂቀዎች በኋላ ነበር።” ብዬ ለሳራ የመተከዜን ምክንያት ዘርዝሬ አስረዳኋት።

ሳርዬ ፈገግ ብላ፣ “እውነት እኮ ነው እቴትዬ።” አለችኝ።

“ምኑ?” አልኩኝ በመገረም።

“እችላለሁ ያለ ይችላል። አልችልም ብሎ የሚያስብ ደግሞ እውነቱን ነው፣ አይችልም።” አለች ሳርዬ።

ፐ
ያቄ ወይስ መልስ

ወደኋላ በሀሳብ ተመልሼ አሁን ስላለሁበት ሁኔታ ማሰላሰል ጀመርኩ። "ከየት ተነስቼ፣ በምን መንገድ ሄጄ፣ እዚህ ቦታ ደረስኩ?" ብዬ ራሴን በራሴ ጠየቅሁ። መጀመሪያ ያየሁት ቀን አባይን ምን ያህል እንደጠላሁት ትዝ አለኝ። ሰላሳ ደቂቃ ባልሞላ ጊዜ ውስጥ፣ ለዛ የሌለው አነጋገሩ፣ ሁሉንም አውቃለሁ የሚያሰኘው ቀፎ ትምክህተኛነቱ፣ በተለይም ስለህይወት የነበረው ከተራነት የዘቀጠ እይታ እራሴን አሳመመኝ። "የሰው ልክ የማያውቅ አመለ ቢስ ባለጌ ከየት መጣብኝ፣" ብዬ፣ እሱን ላለመስማት የተቀመጥኩበትን ቦታ ስለውጥ፣ ተከትሎኝ መጣ። ቢቸግረኝ ወደቤቴ ሸሸሁ። ሽሽቴ ትናንት እንድሆነ ሁሉ አሁንም ይታየኛል።

"ሁለት አይነት ሰዎች ከህይወትሽ አርቂ።" ትለኝ ነበር፣ እማዬ። "ሁሉንም አውቃለሁ የሚሉትንና ምንም አላውቅም የሚሉትን።" አባይን መጀመሪያ ያየሁት ለት፣ ይህ የእማዬ ምክር ትዝ ብሎኝ፣ ድምፁን መስማት እንኳን ቀፈፈኝ። ለዚህም ነበር፣ ወደቤቴ የሸሸሁት።

እሰው ቤት እራት ተጠርቼ ሄጄ ነበር አባይን የተዋወቅሁት። ከዚያች ቀን ትውውቅ በኋላ ግን፣ ለሁለት አመታት ያህል አልተያየንም። አንድ ሳምንት ያህል ከጓደኞቼ ጋር አፈ-ልቅነቱን እያነሳን ስንሳሳቅ ሰነበትንና አባይን ጨርሶ እረሳሁት። እረሳሁት ስል፣ "ከአእምሮየ ትንሽ ዞር አለ።"

ማለቴ አይደለም፤ መፈጠሩንም ጭምር ማለቴ እንጂ። ምናልባት፣ እሱም እንደኔው መፈጠሬን እረስቶት ይሆናል።

ከሁለት አመት በኋላ፣ የአዲሱን ዘመን ለመቀበል በተሰበሰብንበት በአንድ የጓደኛዬ ቤት፣ እሱም እንደኔው ተጋብዞ ኖሮ ተያየን። መጀመሪያ ላይ በፍፁም አላወቅሁትም ነበር። ከትንሽ ደቂቃ በኋላ መናገር ሲጀምር ማንነቱ ግልፅ እየሆነ መጣልኝ። ያለሁበትን ትቼ ወደ ሌላ መቀመጫ ለመኮብለል አካባቢውን እያጠናሁ ሳለ፣ አባይ መጣና ከጎኔ ተቀመጠ።

"የኔ እመቤት አውቅሻለሁ አይደል?" አለኝ።

ልቤ፣ "የለም! አታውቀኝም።" ማለት እየሻ፣ ምላሴ ተሽቀዳድሞ፣ "የዛሬ ሁለት አመት ተዋውቀናል።" አለ።

"ፊትሽ በጣም ትዝ ይለኛል።" አለኝ።

እኔም የዛን ቀን የተናገራቸው ቃላት ከአነጋገር ዘይቤው ጋር ከፊቴ እየመጡ ተደረደሩ። "ይሄ ሰው ሙዴን ይሰርቅብኛል፣ የሌሎችንም ደስታና ጨዋታ ይበጠብጥብኛል።" የሚል ፍራቻ ከሆዴ ገባና፣ እንደሀቻምናው ሁሉ ከዚህ ቤት በቶሎ ወጥቼ ወደቤቴ የመብረር ፍላጎት አደረብኝ።

አባይ፣ ዝምታዬ እንዳስገረመው ሁሉ፣ "ተሳስቼ ከሆነ ይቅርታ፤ አንቺ መሆንሽን ግን እርግጠኛ ነበርኩ።" አለ።

"ከሁለት አመታት በፊት ተዋውቀናል። ብየሀለሁ እኮ! ዝርዝር ወሬ እንደሁ የምትፈልገው፣ ዝርዝሩ የሚፈይደው ነገር አይኖርም። አሁን ደግሞ ሁለታችንም እዚህ ስላለን እንደገና እንተዋወቃለን።" አልኩና ሌሎች የማውቃቸው ሰዎች የሚቀጥለው ክፍል ውስጥ ስለነበሩ ወደዚያው አምርቼ ከነሱ ጋር ተቀላቀልኩ።

ምሽቱ ቀጠለ፣ ሌሊቱም አንዣበበ፤ ጨዋታው ደመቀ፤ ሰቁና ቀልዱም ደራ። ሁላችንም መልካም ጊዜ አሳለፍን። የተሰበስብነው የዘመን መለወጫን በአል ለማክበር ስለነበር፣ የጎመኑን አስወጥተን የገንፎውን ምንቸት የምናስገባበት ሰአት ደረሰ። እኛም ተሰብስበን ቆመን ባገሩ ወግ መሰረት ከአስር ጀምረን ወደኋላ መቁጠር ጀመርን። አስር! ዘጠኝ! … አንድ!!! በወጉ መሰረት የተሰበሰበው ሰው አጠገቡ ያሉትን ሰዎች እያቀፈ አንዳንዴም እየሳመ፣ "እንኳን ለአዲሱ ዘመን አደረሳችሁ።" ይላል። እኔም አጠገቤ ያለውን ሰው እንኳን አደረስህ ለማለት ዞር ስል፣ አባይ ከጎኔ ቆሟል። እንዴት ተሽሎክሉኮ አጠገቤ እንደደረሰ ባላውቅም፣ እየተገረምኩ፣ የእንኳን አደረስህ ስላምታየን አቀረብኩ።

ዘመን ከተለወጠ በኋላ ብዙዎቹ ወደቤታቸው ሲሄዱ የቀረው ሰው ሁሉ አንድ ላይ ተሰበሰበ። ሻምፓኝ ተቀዳ፣ "እንደውሃ ፈሰሰ" ማለቱ ሳይቀለኝ አይቀርም። ብቻ ሻምፓኝ ተጠጣ፤ ጨዋታውም በዚያው መጠን ቀጠለ።

ማንነቱን ካወቅሁበት ሰአት ጀምሮ ስሸሸው የነበረው፣ አባይ፣ ሌላ ገፅ እንዳለው ተረዳሁ። ዘፈን ከያቅጣጫው ተጫረ፣ ግጥም ከየቦታው ተወረወረ። ቀስ ብዬ ሳየው፣ አባይ የጨዋታው መሪ፣ የውይይቱ በር ከፋች፣ የግጥሙ አንባቢ እና የቅኔው ዘራፊ ሆኖ አገኘሁት። ገረመኝ።

ከአግራሞቴ ብዛት የተነሳ፣ "በስማም፣ በሰላሳ ደቂቃ ውስጥ የሰውን ልጅ ገምግሜ፣ ከሰው ተራ ያወጣሁት፣ ከሰው መዝገብ የፋቅሁት፣ ምን አይነት ሰው ብሆን ነው?" ብዬ እራሴን ታዘብኩ።

ሌሊቱን በጣም በሚያስደስትና በሚያስገርም ሁኔታ አሳልፌ፣ ሲነጋጋ ከቤቴ ገባሁ። እቤቴ ገብቼ የአባይ አነጋገር

አንዳንዴ ሲገርመኝ፤ አንዳንዴ ከሰው ጋር የመግባባት ችሎታው ሲያስደንቀኝ፣ አንዳንዴም በደፋርነት የሚናገራቸው ነገሮች፣ "በስማም! ምን አይነቱ ሰው ነው? እንዴት እንዲህ ይላል!" ሲያሰኙኝ፤ አንዳንዴ ደግሞ "እንዴት ቀልደኛ ነው!" ብዬ ፈገግ ስል፣ ወይም "እንደዚህ እውነት የሚናገር ሰው አሁንም አለ? ይገርማል!" እያልኩ ስደነቅ አልጋዬጋ ደረስኩና ገብቼ ተጠቀለልኩ።

በማግስቱ እኩለ ቀን አካባቢ ያልጠበቅሁት የስልክ ጥሪ ከንቅልፌ ቀሰቀሰኝ። የማላውቀው የስልክ ቁጥር ስለነበር፣ እንቅልፌንም በደንቡ ስላልጠገብኩ ላላነሳው ወስኜ ተመልሼ ተኛሁ። ስልኩ ግን በያስር ደቂቃው መጮሁን ቀጠለ። እንዲህ ያለማቋረጥ የሚደውለው የማን ደፋር እንደሆነ ለማወቅ ስለፈለግሁ፣ ስልኩን አነሳሁት። አባይ ነበር። ያ መጀመሪያ ስንገናኝ ያስጠላኝ ድርቅና ችክ ያለ ባህሪው ተመልሶ ታየኝ። "ይሄ ሰውዬ ቀን ቀን አንድ ሰው፣ ሲመሽ ደግሞ ሌላ ሰው ይሆናል እንዴ!" ብዬ ደነገጥኩ፤ የዶክተር ጄክል እና የሚስተር ሀይድ ተረት ትዝ ብሎኝ።

ያላሰብኩት ጥሪ ስለነበረ በእርግጥ ትንሽ ደንግጫለሁ። ከጥሪው በላይ ያስገረመኝ ግን፣ ጓደኛዬ (የአዲስ አመት ፓርቲ ያዘጋጀችው) ስልኬን ለመስጠት ፈቃደኛ መሆንዋ ነበር። ድንጋጤና አግራሞት ተቀላቅሎ ነው መሰለኝ፣ የምናገረው ጠፋኝና ዝም አልኩ።

"ጤና ይስጥልኝ የኔ እመቤት፣ አባይ ነኝ።" አለ፤ ከዛኛው ጫፍ ያለው ድምፅ።

እኔም በመገረም፣ "ሰላም የኔ ወንድም፣ እንደምን አደርክ።" አልኩ። ቀጠልኩና፣ አላስችል ስላለኝ፣ "ስልኬን

ከየት አገኘህ?" ብዬ ጠየቅሁት፤ ከየት እንዳመጣው እንኳን ልቤ አሳምሮ ቢያውቅውም።

"'ደፋር እና ጢስ መውጫ አያጣም።' ሲባል ሰምተሽ ታውቂያለሽ?" አለኝ መልሶ።

"አዎን፣ ሰምቼ አውቃለሁ።" አልኩ፤ አነጋገሩ እና በራሱ ላይ ያለው መተማመን እየገረመኝ።

"እየውልሽ እኔ የማምንበት አንድ ነገር አለ። የሰው ልጅ አንድን ነገር ከልቡ ከፈለገው አያጣውም። እርግጥ፣ ለፈለገው ነገር ዋጋ መክፈል ይኖርበት ይሆናል፤ ግን ታግሎ ያገኘዋል።" ብሎኝ ከት ብሎ ሳቀና ሌሊቱን በሙሉ ኤልሲን (ጓደኛዬን) የኔን ስልክ ለማግኘት ሲለማመጣት እንዳደረ፣ እሷም እንደከለከለችው፣ ከዚያም ቤቱ ሄዶ በየአምስት ደቂቃው እየደወለ አላስተኛ እንዳላትና ከመሰልቸቷ ብዛት የተነሳ የስልክ ቁጥሬን እንደሰጠችው ነገረኝ።

አነጋገሩ በጣም ነካኝ። የሚፈልገውን ማወቁና፣ ለዚያም የሚከፈለውን ዋጋ አለመፍራቱ በጣም አስደሰተኝ። ይሄን ያህል ተጨንቆ እኔን መፈለጉ ደግሞ አስገረመኝ። እስከማውቀው ድረስ እኔና አባይ፣ ከተለያየ አለም የመጣን ፍጡሮች ነን። ህይወታችንም ሆነ አስተሳሰባችን የሰማይና የምድር ያህል የተራራቀ ነው። ውሎአችንም እንዲሁ በጣም ከተራራቁ ሰዎች ጋር ነው። ከእግዚአብሄር ሰላምታና እንደው እንደ ትናንቱ አይነት አጋጣሚ ላይ ስንገናኝ ከመሳቅና የሚነፍሰውን ሀሳብ ቀልበን ከመወያየት ጠለቅ ያለ ወሬ እንኳን በግል አውርተን አናውቅም።

ይህንን እያሰላሰልኩ፣ "እንዲህ በእግር በፈረስ ለምን ፈለግከኝ? ልታናግረኝ ከፈለግህ ደግሞ፣ ሌላ ሰው እንቅልፍ

ከመንሳት ለምን እኔኑ እራሴን ስልኬን አልጠየቅከኝም?” አልኩ።

“ወይ ጉድ! ሰነድሽ የተሸጠው እኮ አንቺ ከወጣሽ በኋላ ነው።” ብሎ ከት ብሎ ሳቀ።

“የምን ሰነድ!” አልኩ፤ አሁንም በአነጋገሩ በመገረም። ቀጥሎም፣ እኔ ወደ ቤቴ ከሄድኩ በኋላ ከግብዣው ቤት የቀሩት ሰዎች (አባይን ጨምሮ) ስለኔ መወያየታቸውን በማሰብ፣ “አ! እኔ እስከምወጣ ጠብቃችሁ አማችሁኝ እንዴ?” ብዬ፤ ጥያቄ ይሁን አስተያየት ያልለየለት አረፍተ ነገር ወረወርኩ።

“አዎ ሞከርን ነበር። ጓደኛሽና አንዳንድ እንግዶቿ አላሳማ አሉን። ስለ አንቺ የተወራው ሁሉ፣ መልካም እና ቀና ነገር ብቻ ነበር፤ አይገርምም!” አለ።

በሌለሁበት ስለኔ ጥሩ መወራቱ ደስ አሰኝቶኝ፣ “ታድያ ለምን ገረመህ፣ ጥሩ ሰው አልመስልም?” አልኩት።

“እምልሽ፣ ያንቺን መጥፎ ጠባዮች ልነግራቸው ሞክሬ ነበር። ‘ጠብራራ ናት፣ ፊቷም ቶሎ ይቆጣል።’ ብዬ። እነሱ ግን አልተዋጠላቸውም ነበር። እንዲያውም፣ ደግመው ደጋግመው የእኔን መሳሳትና የአንቺን ጥሩ ሰውነት እንደወንጌል ሲሰብኩኝ አደሩ። “ተጫዋች፣ ዘመድ ወዳድ፣ ሰላምተኛ፣ ቁም ነገረኛ...” እያሉ ሲያሞግሱሽ፣ ምናልባት ተሳስቼ ይሆናል በሚል እምነት አፌን ዘጋሁ። ስለአንቺ የቀረፅኩት ስእል፣ ጓደኞችሽ ከሚያወሩት ጋር አልጣጣም ስላለኝ ነው እውነቱን ካንቺው ልስማ ብዬ ስልክሽን ለማግኘት እንዲያ የለፋሁት። ታዲያ፣ ማንኛችን ነን ልክ፣ የኔ እመቤት!

እኔ ወይስ ጓደኞችሽ?” ብሎ አሁንም ፍርስ ብሎ ሳቀ። ሳቁ እኔንም አሳቀኝ።

እኔም በመገረም፣ “አንተ ግን እኔን የት አውቀኸኝ ነው ያንን አይነት አመለካከት ሊኖርህ የቻለው? ከዛሬ በፊት ያየኸኝ አንድ ቀን ብቻ ነበር፤ ያውም ከሁለት አመት በፊት ሰላሳ ደቂቃ ለማይሞላ ጊዜ። ስለኔ ባህርይ ለመመስከር የሚያበቃህ ምን ትውውቅ ኖሮን ነው፣ አስተያየት ልትሰጥ የተነሳኸው?” ብዬ ጠየቅሁ። እኔ እሱን ባጭር ጊዜ ውስጥ አሳንሼ ገምግሜው እንደነበር እያሰብኩ፣ እሱም እኔን በተመሳሳይ መደብ ላይ እንዳስቀመጠኝ ገብቶኛል። ብቻ የሰውን ስህተትና የራስን ስህተት በአንድ አይን መመልከት የሰው ልጅ የተፈጥሮ ጠባይ አይደለም።

“እሱ እኮ ነው የሚገርመው! የዛሬ ሁለት አመት ላናግርሽ ፈልጌ ብጠጋሽ ከመቅፅበት ፊትሽን ኮሶ አስመሰልሽው። የማናገር እንጂ የመጥበስ ፍላጎት እንኳን አልነበረኝም። ግን፣ በጣም ከመንጠባረርሽ የተነሳ እያወራሁሽ እንዳልሰማ ሰው መንገድሽን ቀጠልሽ። ከሁለት አመት በኋላ ሳገኝሽ ደግሞ፣ እንደለመድሽው መንጠባረርሽን ቀጠልሽ።” አለኝ። እራሴን በመታዘብ፣ የእሱንም የማስታወስ ችሎታ በማድነቅ፣ እንዲሁም ከሁለት አመት በፊት የመዘገብኩትን ችክ ያለ ባህሪውን በማስታወስ፣ “አባይ፣ ሌሊቱን ሙሉ ሰው ስትቀሰቅስ አድረህ የደወልከው ይሄንን ልትነግረኝ ነው?” አልኩ።

“አይደለም፤ ‘ሱሺ በጣም ትወዳለች።’ ስላሉኝና እኔ ደግሞ በጣም አሪፍ የሆነ የሱሺ ምግብ ቤት ስለማውቅ፣ ከዚያ ልጋብዝሽ ፈልጌ ነው፤ የደወልኩት። በዚያም ላይ ስምሽን በጓደኞችሽ መሀል በመጥፎ ስላነሳሁ ካሳ መክፈል ግዴታዬ ነው።”

“ምን ያህል ስለኔ ብታወሩ ነው ሱሺ መውደዴጋ የደረሳችሁት? እውነትም ሰነዴን ሸጠውልሀል!” አልኩ፣ በመገረም።

“ይችማ ምን አላት፤ ሌላ ብዙ፣ ብዙ ነግረውኛል።” አለ፤ እየሳቀ።

“ሌላ ምን ሊነግሩህ ይችላሉ!” አልኩ፤ ምን ነግረውት ይሆን የሚል ፍራቻ ልቤን እየረበሸው።

“እሱን ስንገናኝ ነው የምነግርሽ፤ አሁን ግን ለማንኛውም እቤትሽ በር ላይ ደርሻለሁና በሩን ክፈችልኝ።” አለኝ። “ምን!!” አልኩ፣ ደንግጬ። “ኤልሳ በጣም አብዝታዋለች። ስልኬን ሳትጠይቀኝ መስጠቷ ሲገርመኝ የቤቴን አድራሻም ሰጥታሀለች?” አልኩና የተረፈው ሀሳቤን በልቤ ማሰላሰል ጀመርኩ። “ላግኛት ብቻ! ምን አደረግኋት... አመሌን እያወቀች።” አንድ መቶ አንድ ሀሳብ በአእምሮዬ ተመላለሰ፤ ሳገኛት ምን እንደምላት፣ እንዴት እንደምወርድባት...።

መደንገጤ የገባው አባይ፣ “አንቺ ቆንጆ ልጅ፣ እባክሽ አትደንግጭ፣ ስቀልድ እኮ ነው። ስልክሽንም የሰጠችኝ ምርጫ ስላጣች ነው። ግን አድራሻሽን ከሰጠሽኝ በአንድ ሰአት ውስጥ እደርሳለሁ።” አለኝ፤ ለካስ አድራሻዬን አያውቅ ኖሯል።

“የት አውቅህና ነው አድራሻዬን የምሰጥህ? በጣም የምትገርም ሰው ነህ!” አልኩት፤ አሁንም በአእምሮዬ መጀመሪያ ያየሁት ለት ‘የማነው ችክ ያለ ደፋር!’ ብዬ የናቅሁትን ሰው እያሰብኩ።

“የኔ ቆንጆ ‘ደፋርና ጢስ መውጫ አያጣም።’ የተሰኘውን አባባል ነግሬሻለሁ። እራስሽ በፈቃደኝነት ብትሰጭኝ ይሻልሻል ብዬ ነው እንጂ አድራሻሽን ላግኝ ካልኩ እንደማላጣው ታውቂያለሽ። በየደቂቃው እየደወልኩ እንቅልፍ እነሳሻለሁ። ያ

ካልሆነ ጓደኛሽን ወይ ደግሞ ሌሎችን። ብቻ አድራሻሽን ማግኘተ እንደማይቀር እርግጠኛ ሁኚ። የሰው ልጅ የፍላጎቱ ጥንካሬ የሚታወቀው፣ ግቡን ለመምታት በሚያደርገው ጥረት ነው።" አለ፤ ልመናውን፣ ማስፈራራቱን እና ፍልስፍናውን አንድ ላይ ቀላቅሎ።

"እ-ህ!" አልኩ፤ ለራሴ። "ለዚህ አይደል የጠመድኩት! ለዚህ አይደል የጠላሁት! ችክ ያለ ነገር አለው። በዚያም ላይ ትርጉም ለማይሰጥ ነገር መከራከር ይወዳል። አሁን ስራ ፈቶ ከሱ ጋር ማን ሲከራከር ይውላል! ደሞ ደህና ሰው ነው ብዬ ማሰቤ! በስመ አብ! አሁን ከሱ ጋር ብታይ አገር ጉድ አይለኝም! ምን ምክንያት ልፈልግና አልችልም ልበለው? ወይስ እንደሱ እውነቱን ልንገርና 'እኔና አንተ በፍፁም አንገጥምም።' ብዬው ልረፍ። ዛሬ ልንገረው ወይስ ሌላ ቀን? እያልኩ ከራሴ ጋር ስሟገት፣ ማወላወሌ የገባው አባይ፣ "አንቺ ቆንጆ! አግቢኝ እኮ አላልኩሽም፤ ልጋብዝሽ ነው ያልኩት፤ ምነው መልስ አጣሽ?" አለኝ።

"አይገርምም፣ እንደመፅሀፍ አነበበኝ እኮ!" አልኩ። የማስበውን ያወቀ ስለመሰለኝ ሁኔታው በመጀመሪያ አሳፈረኝ። ያለኝ ምርጫ ግን ከሱ ጋር ስከራከር መዋል ወይም አድራሻዬን ሰጥቼ መገላገል ነበርና ሁለተኛውን መንገድ መረጥኩ። የሚቀጥሉትን ሰላሳ ደቂቃዎችም ልብሴን ሳወልቅ፣ ሳጠልቅና መስታወት ስመለከት ቆየሁ። በጣም የሚገርመው ልብሴን የምለዋውጠው ለማማርና ደምቆ ለመታየት ሳይሆን አለባበሴ ከአባይ ዘልዛላ አለባበስ ጋር እንዲጣጣም ስለፈለግኩ ነበር። ሌላም ምክንያት ነበረኝ፤ ቆንጆ ለብሼና ተሽቀርቅሬ ከጠበክሁት፣ አባይ የተሳሳተ ሀሳብ በአእምሮው ይቀርፃል የሚል ፍራቻ።

"አሁን ምን ይባላል፤ የኔ ከዚህ ሰው ጋር መታየት! ለምን እሺ አልኩት? አነጋገሩ ለዛ የለው፤ አለባበሱ ዘልዛላ፤ እዚህ ግባ ከማይባል ነትራካ ሰው ጋር በአደባባይ መታየቴ ምን ልሆን ብዬ ነው? ቁመናው እንኳን ለክፉ አይሰጥም፤ ግን እኔና እሱ ምን ልናወራ እንችላለን? አስተሳሰባችን የምድርና የሰማይ ያህል ይራራቃል።" እንድያ እያልኩ ብቻዬን ስብከነከን፣ አንዳንዴም ተገልብጬ፣ "ተይ ሳብዬ፣ የት ታውቂዋለሽ፤ አንድ ሰአት እንኳን ያላናገርሽውን ሰው መገመት ጥሩ አይደለም።" እያልኩ እራሴን ስገስፅ፣ ቀጥዬም፣ "ምን አስጨነቀኝ፣ አንድ ምሳ በልቼ መለያየት ብቻ ነው። የፈለገውን ቢለፈልፍ 'ጆሮ ዳባ ልበስ' ማለት እችላለሁ።" እያልኩ እራሴን መልሼ ስደልል፣ የቤቴ በር መጥሪያው ተደወለ።

የሰአቱ መብረር እያስደነቀኝ በር ከፈትኩ። የሚገርመውና ያላሰብኩት ፈገግታ ገፅታዬን ሞላው። አባይ ያለ ወትሮው ደህና ነገር ለብሷል። ቲሸርት እና ቁምጣ ከነጠላ ጫማ ጋር ጠብቄ ስለነበር የለበሰው የጨዋ ሰው ልብስ አስደነገጠኝ፣ እደርሳለሁ ባለው ሰአት መድረሱም ደነቀኝ። የሚገርመው በጣም በአንድ ጊዜና በአንድ ድምፅ፣ "እንደ አበሻ አይደለህም!"፣ "እንደ አበሻ አይደለሽም!" ተባባልን። በልቡ፣ "ያበሻ ነገር፣ ልብሷን ስትቀይርና ስትኳኳል አንድ ሰአት ታስጠብቀኛለች።" ብሎ ሳያስብ አልቀረም። እኔማ፣ አብሻ ደረስኩ ካለ በኋላ አንድ ሰአት ማርፈድ ልማዱ ነውና አንድ ሰአት ለመጠበቅ ዝግጁ ነበርኩ። ግን፣ አንድም ደቂቃ ሳያሳልፍ የቤቴ በራፍ ላይ ተገኘ።

ተያይዘን ወደ ታሰበው የጃፓን ምግብ ቤት ሱሺ ልንበላ ተጓዝን። ያየሁት ለውጥ ቢያስገርመኝም፣ ወሬአችን ምን

እንደሚሆን መገመት አልቻልኩም ነበር። ብቻ አምላኬ የማያሆን ነገር ከመናገር እንዲጠብቀኝና እሱንም በዛ ለዛ በሌለው አንደበቱ መጥፎ ከመናገር እንዲገታው ለመማለድ ፀሎት ጀመርኩ። ፀሎቴ ካልሰመረ ግን፣ ድብልቅልቅአችን ወጣ ማለት ነው።

ከትንሽ ደቂቃ መፋጠጥ በኋላ፣ አባይ፣ "ኩራት ልብሽን እንዳይደፍነው እንጂ፣ ቆንጆ ልጅ ነሽ።" አለኝ። በውስጤ፣ "ወይኔ ጉዴ! ይሄ ቀን ያልቅ ይሆን። ገና አስር ደቂቃ ሳይሞላን፣ 'እንዳትኮሪ' የሚለው ቃል ካፉ ወጣ። አምላኬ ሆይ! እባክህ ከዚህ ጉድ አውጣኝ።" ብዬ እንደገና ተማፀንኩ። ጓደኛዬ ኤልሲ ስልኬን ስለሰጠችብን አዘንኩባት፣ ማን አስገድዶኝ ነው እዚህ ጣጣ ውስጥ የገባሁት? 'አልችልም!' ማለት ማንን ገደለ። ምናልባት ለትንሽ ሰአት ይነተርከኝና ሲሰለቸው ይቀር ነበር።" እያልኩ ሳስብ ቆይቼ፣ ድምፄን ከፍ አድርጌ፣ "የመልክ ቁንጅና ሰውን ሊያኮራው አይገባም።" አልኩት። "ቁንጅና ደግሞ እንደተመልካቹ ነው፣ ያንተ ቆንጆ የሌላው ፉንጋ ልትሆን ትችላለች። ስለዚህ፣ የሰውን ወሬ ይዞ የሚኮራ ሞኝ ብቻ ነው።" ብዬ ነገሬን ደመደምኩ።

አባይ በመገረም ለደቂቃ ከተመለከተኝ በኋላ፣ "አንቺ እንዴት ትገርሚያለሽ! 'አስቀያሚ ነሽ።' ብልሽ ኖሮ ምን ልትይኝ ነበር?" አለ። መልሴ እኔንም ስላስገረመኝ መሳቅ ጀመርኩ።

"አየሽ!" አለ አባይ፣ "ከአበሻ ሴቶች ጋር የማልስማማው ለዚህ ነው። እውነት የሚናገር ወንድ የለም ትላላችሁ። እውነት ስንናገር ደግሞ ኩርፊያችሁ እንኳንስ እውነት ልንናገር፣ መናገር ራሱን እንድናቆም ያስገድደናል። በምንም መንገድ ከአበሻ ጋር መስማማት አይቻልም።" አለ።

"እሚሉሽን ባወቅሽ ገበያ ባልወጣሽ" ትል ነበር እማዬ። "እንዳንተ ያለውን ልብ አውልቅ ማንም ሴት ባትወደው አይደንቀኝም።" የሚል ሀሳብ በልቤ አመላለስኩና፣ ድምፄን ከፍ አድርጌ፣ "ግን፣ የየትኛዋ አለም ሴት ትሆን ቁንጅናዋ በኮሶ ተጠቅሎ ሲሰጣት ቋቅ የማይላት?" ብዬ ጠየቅሁ፤ የገባው ስላልመሰለኝ ማብራሪያዬን እያዘጋጀሁ። እንደጠረጠርኩት፣

"ምን ማለትሽ ነው?" አለ አባይ።

" 'ቆንጆ ነሽ!' ብለህ አስተያት ብትሰጠኝ ኖሮ በደስታ እቀበልህና ከልብ የመነጨ ምስጋናዬን አቀርብልህ ነበር። አንተ የገለፅከው ግን፣ ቁንጅናዬን ሳይሆን፣ 'ቁንጅናዋን ብነግራት ትኮራለች።" በሚል ሀሳብ የተጠቀለለ መራራ ስድብ ነው። ይሄ ሊያስደስታት ይገባል ብለህ ካሰብክ በጣም ተሳስተሀል።" አልኩ። አሁን ሀሳቤ በትክክል ገብቶታል። ለዚያም ነው መሰለኝ ለጥቂት ደቂቃዎች ዝምታ ሰፈነብን። ለሚያዩን፣ የተኮራረፍን እንመስል ነበር።

ትንሽ ቆይቶ ግን፣ "ታውቂያለሽ፣ በጣም ትክክል ነሽ። እኔ ሁል ጊዜ፣ የሀበሻ ሴቶችን፣ 'ቆንጆ ነሽ!" ስላቸው በጣም ስለሚንጠባረሩብኝ፣ አሁንም ከዛ የተሻለ ይሆናል ብዬ አልጠበቅሁም ነበር። ሁሉንም ሰው በአንድ አይን መመልከቴ ግን ጥፋት ነው። እንዲያ ማድረግ አልነበረብኝምና ይቅርታሽን እጠይቃለሁ። በናትሽ ግን አትናደጂ፤ ከአስቀየምኩሽም እክሳለሁ።" አለኝ፤ ለሌላ ሱሺ ሲያዝጋጀኝ።

"ሌላ ካሳ! ይሄንን መቻል አቅቶኝ ፈጣሪዬ በሰላም እንዲገላግለኝ እየተማፀንኩ፣ ደሞ ሌላ ካሳ!" አልኩ፤ በልቤ።

"እድሜ ልክህን እኔን ስትክስ ልትኖር ነው ማለት ነው?" አልኩ፤ እየሳቅሁ።

"ምን አለ ታዲያ፤ ያስቀየመ ሁሌም ይክሳል።" አለኝ።

በወስጤ፣ "ይሄ ሰው መጥሮ አይደለም፣ ይቅርታ የሚጠይቅ ወንድ መጥፎ ሊሆን አይችልም። ብዙ ጊዜ ወንዶች፣ በተለይም የአበሻ ወንዶች፣ ይቅርታ ከመጠየቅ ይልቅ ሞቶ መገነዝ ይቀላቸዋል። አባይ ምንም ሳይከብደው ይቅርታ መጠየቁ፣ በኔ መዝገብ ውስጥ አንድ ትልቅ ነጥብ አስያዘለት።

እንዲሁ ስንነታረክ፣ ሳናስበው ከምግብ ቤቱ ደረስንና በጣም ጥሩ ምሳ በላን። ምርጫውን አደነቅሁ። ለሁለተኛው ካሳ ደግሞ ቡና ጋበዘኝ። የሚገርም ጨዋታ እየተጫወትን ውሎአችን ተጠናቀቀ። ቀኑ ከማለቁ በፊት ግን አባይ በትንሹ አንድ አስር ካሳ ሊያስከፍለው የሚችል ጥፋት ሲያጠፋ አመሸ። አነጋገሩ ቢገርመኝም እውነተኛነቱ በጣም አስደሰተኝ። ከገረሙኝ ጠባዮቹ አንዱ፣ ያለ ምንም ችግር ቀልድና ቁምነገር ቀላቅሎ የማውራት ችሎታው ነበር። በጠቅላላው፣ ከጠበቅሁት በጣም የተለየ ሰው ሆኖ አገኘሁት። እቤቴ በር ላይ ስደርስ እንደተለመደው የከበረ ምንስጋናዬን አቅርቤ፣ ከተጠበቅሁት በላይ መልካም ጊዜ ማሳለፌን ገልጬ፣ ወደ ቤቴ ለመግባት የመኪናውን በር ስከፍት፣

"ታዲያ ሁለተኛውን ካሳ መቼ ነው የምትቀበይው?" አለ፤ አባይ።

"መቼ ይሆን ከእዳ ነፃ የምትሆነው?" አልኩ፤ እየሳቅሁ።

"ለዚህ አይደል እንዴ፣ አውቄ ሳጠፋ ያመሸሁት።" አለኝ፤ እሱም እየሳቀ።

"አውቄ!" አልኩ፤ አሁንም የመገረም ሳቅ እየሳቅሁ።

"አወን አውቄ።" አለ አባይ፤ ድርቅ ብሎ።

“ሰው እኮ ካሳ ለመካስ ብሎ አያጠፋም።” አልኩ፤ እኔም በተራዬ።

“ልክ ነሽ፣ ግን ያንቺ ተራ ሲደርስ የምጠይቅሽ ካሳ ከባድ ስለሚሆን፣ አሁን የቻልኩትን ያህል ብክስሽ ምንም አይከብደኝም።” አለኝ።

“ውይ! መካስ እንዳለብኝ ባውቅ ኖሮ የመጀመሪያውንም ካሳ አልቀበልም ነበር። ለማንኛውም እኔ እንዳንተ አውቄ አላጠፋም። በምን የተነሳ ትክሰኛለች ብለህ አሰብክ?” ብዬ ጠየቅሁ።

“እርግጠኛ ነኝ ከጊዜ በኋላ አሪፍ ሰው እንደሆንኩ ይገባሻል። ከላይ የሚታየውን እብደቴን ሳይሆን የውስጥ እኔነቴን ታውቂያለሽ። ያኔ፣ ስለኔ ቀና ያልሆነ አስተሳሰብ በልብሽ ይዘሽ መክረምሽ ያስቀጣሻል፣ ካሳም ያስከፍልሻል።” ብሎ ከት ብሎ ሳቀ።

“ወይኔ ጉዴ! ይሄን ያህል እስከሚታወቅብኝ ፊቴን አጥቁሬበታለሁ ማለት ነው?” ብዬ አሰብኩና፣ “እንግዴህ እድሜ ልኬን ካሳ ስገፈግፍ ልኖር ነው!” የሚል ሀሳብ ደበተኝ። ያ እንዳይታወቅብኝ ነው መሰለኝ፣ ፈገግ አልኩ። ከሀሳብ አለሜ ወጣሁና፣ ድምፄን ከፍ አድርጌ፣ “እናያለና!” ብዬ፣ የመኪናውን በር ዘግቼ ወደ ቤቴ ገባሁ።

እቤቴ ከገባሁ በኋላ፣ ስለ መልካሙ ምሽት አምላኬን አመስግኜ ሳልጨርስ ስልኬ ጮኸ። “አቤት!” አልኩ።

“ደህና ገባሽ፣ ቆንጆ ልጅ?” አለ፤ አባይ።

“ደህና ገባሽ ወይ! በራፌ ላይ አድርሰኸኝ፣ በር ከፍቼ ስገባ አይተኸኝ፣ ምን አይነት ጥያቄ ነው የምትጠይቀው?” አልኩት፣ ደህንነቴ ስላሳሰበው፣ ከማይታየው መዝገቤ ላይ ሁለተኛ ነጥብ እየፃፍኩለት።

"ደስ የሚል አይነት ጥያቄ፤ አየሽ በር ላይ ባደርስሽም እቤት ውስጥ ምን እንዲሚገጥምሽ አላውቅም። ስለዚህ ሰላም መሆንሽን ማረጋገጥ አለብኝ። ስላሳለፍነው መልካም ምሽት ደግሞ፣ በጣም ላመሰግንሽ እፈልጋለሁ። እንደዚህ መሳቅና መጫወት የምትችይ ሰው አልመሰልሽኝም ነበር።" አለ።

"እኔ ስለ አንተ ያሰብኩትን ብታውቅ ኖሮ ውስጥህን ያምህ ነበር።" አልኩ፤ በሆዴ። "ለማንኛውም ስለ መልካም አስተሳሰብህ አመሰግንሀለሁ።" አልኩና፣ ከመኪና ስወርድ ያደረግሁለትን ምስጋና ደገምኩለት።

"እውነትሽን ነው ቆንጆ ልጅ?" አለ፤ አባይ።

"እውነት ከልቤ ነው። በጣም ጥሩ ግዜ ነው ያሳለፍኩት።" አልኩ።

"ሁለተኛው ካሳ ተዘጋጅቷል።" አለ።

"ያምሀል እንዴ!" አልኩ፤ እንደበፊቱ ባያስደነግጠኝም፣ ፈጣንነቱ እየገረመኝ።

"ማመም እንኳን ገና አላመመኝም፣ ግን ሊያመኝ ይችላል።" አለ፤ አሁንም እየሳቀ። "ስለ እውነት፣ ጨዋታሽ ደስ ይላል። አንቺም፣ እኔም፣ መልካም ጊዜ ካሳለፍን፣ ብንደግመው ምን ክፋት አለው? ተደብረሽ ወይ እኔ ተደብሬ ቢሆን ኖሮ ጊዜውን መደገሙ አስፈላጊ አይደለም ይባል ነበር። ግን ስላሳለፍነው ጊዜ ሳስብ ጥሩ ጓደኛሞች መሆን የምንችል ይመስለኛልና ላውቅሽ እፈልጋለሁ። ሰውን ማወቅ የሚቻለው ደግሞ፣ አብሮ ጊዜ በማሳለፍ ብቻ ነው።" አለና፣ መልስ ወይም አስተያየት እስክሰጠው ሳይጠብቅ፣ "ታዲያ፣ ነገ ምሳ ላይ ብንገናኝ ምን ይመስልሻል?" አለ።

"ምሳ ሰአት እንኳን አይመቸኝም።" አልኩ፤ ፈጠን ባለ አነጋገር።

“ምነው ቆንጆ፣ ቀጠሮ አለሽ እንዴ?” አለኝ።

“አዎን፣ ከአምላኬ ጋር ቀጠሮ አለኝ። እሁድ፣ ሌላ ነገር ከማድረጌ በፊት ቤተ ክርስቲያን እሳለማለሁ። ያን ሲያልቅ ደግሞ አግለግሎት እሰጣለሁ። እነዚህን ሁለት ጉዳዮች ከጨረስኩ በኋላ መገናኘት እንችላለን።” አልኩት፣ እሽታዬ እኔኑ እያስገረመኝ።

“ኦ!” አለ አባይ፣ በመገረም። “የቤተ ክርስቲያን ሰው ነሽ ለካ! በምንም አልገምትም ነበር።” አለኝ።

“ለምን?” አልኩኝ፣ በመገረም።

“አይ፣ እንዲሁ ነው።” አለ፣ ሊመልስልኝ አልፈለገም።

“ቤተ ክርስቲያን አትሄድም እንዴ?” አልኩት።

“እሱን አሁን ባንጀምር ይሻላል።” አለኝ።

የሀይማኖት ክርክር ሁሌም ስለሚያስደስተኝ፣ “ለምን?” አልኩ፣ እንደገና።

አባይ የሀይማኖት ክርክር መጀመር አልፈለገም። ብቻ፣ “እሁድ ጉዳይሺን ስትጨርሺ እንገናኝ።” ብሎ ተሰናበተኝ።

እሁድ በተቃጠርንበት ሰአት ተገናኘን። አባይ ዛሬም በሰአቱ ነበር የደረሰው። ስለ ብዙ ነገሮች አወራን፣ የሀይማኖቱ ጉዳይ ግን ሳይነሳ ቀረ። ጨዋታውን ወደ ሀይማኖት በወሰድኩት ቁጥር አባይ ወደ ሌላ ይቀይረዋል። እኔም ስለሀይማኖት ማውራት ለምን እንዳልፈለገ ባይገባኝም፣ ላስጨንቀው አልፈለግሁም ነበርና ርእሱን ጨርሶ ተውኩት። በመጨረሻም፣ ከሀይማኖት ውጭ ስለሆኑ ነገሮች ብቻ አውርተን ወደ ቤታችን ተመልሰን።

እንደገና፣ ጨዋታ፣ ቁም ነገር እና ቀልድ የተቀላቀሉበት መልካም ቀን ስላሳለፍኩ በጣም ደስ ብሎኝ ከቤቴ ገባሁ። ከዚያን ቀን በኋላ አባይና እኔ ጥሩ ጓደኛሞች ሆንን። ምሳና እራት ዘወትር አብረን እንበላ ጀመር። ፊልም አብረን እናያለ፣ ቁም ነገር አንስተን እንወያያለን አለዚያም ተቃራኒ አቋም ይዘን እንከራከራለን። ቀልድና ጨዋታም ከሆነ በሳቅና በደስታ እናሳልፈዋለን። ባጭሩ የአንድ ሳንቲም ሁለት ገፅታዎች ሆንን። ብዙ የማንስማማባቸው ነገሮች ቢኖሩም፣ ሁለታችንም ለመርታት ብቻ ሳይሆን ለመረታትም የተዘጋጀን በመሆናችን፣ የተሸነፈ ካሳ እየካሰ ወዳጅነታችን ቀጠለ።

አባይና እኔ ያለምንም ችግር በብዙ ርእሶች ላይ መወያየት ብንችልም፣ ስለሀይማኖት ያለውን አስተሳሰብ ማወቅ ግን አልቻልኩም። ጓደኝነታችን እየጠነከረ በሄደ ቁጥር ስለ እምነቱ አለማወቄ በጣም ይከነክነኝ ጀመር።

አባይ በጣም ጫዋታ ይችላል። ርእሱ እግዚአብሄር ከሆነ በአስቸኳይ ይቀረዋል። ጨዋታ የመቀየርን ጥበብ ተክኖታል ብል እውነቱን ማጋነን አይሆንብኝም። እንዲያም ሆኖ እምነቱን ማወቅ ተሳነኝ።

አብረን የምናሳልፋቸው ቀኖችና ሰአቶች በዙ። ግንኙነታችን ስር እየሰደደ፣ ሳቅና ጨዋታችን እየጠነከረ መጣ። አሁንማ፣ በስልክ ለረጅም ጊዜ ተጫውተን ከተለያን በኋላ፣ በጥቂት ደቂቃዎች ውስጥ ‘ድምፅሽ ናፈቀኝ።’ ብሎ መልሶ መደወል ጀምሯል። አንዳንድ ቀን አይኖቹን ከአይኔ ላይ ተክሎ ለሰአት ይቀመጣል። ጓደኝነታችን ወዴት እየሄደ እንደሆነ ባላውቅም፣ አሁን ለአባይ ባለኝ አመለካከት የትም ቢሄድ ቅር የሚለኝ አይመስለኝም።

እንዲያውም፣ ስልኬን ለአባይ በመስጠታቸው ተናድጄባቸው የነበሩ ጓደኞቼ፣ በተራቸው፣ "እኛን ዘግተሽ ጊዜሽን ሁሉ ከሱ ጋር ነው የምታሳልፊው።" እያሉ ይወቅሱኝ ጀምረዋል። ሌሎች ጓደኞቼ ደግሞ፣ "እናንተ እኮ አንድ አይነት ሰወች ናችሁ። ሁለታችሁም ለምንም ነገር መልስ አታጡም፤ መሳቅ ትወዳላችሁ፤ ቁም ነገር ታበዛላችሁ፤ ስራችሁ ሁሉ የሽማግሌ ነው። ሁለታችሁንም የሚያገባችሁ አበሻ ስለማይኖር ለምን ጊዜ ሳታጠፉ አትጋቡም?" እያሉ ይነዘንዙን ጀመር።

ምክራቸውን እኛም አመንንበት መሰለኝ፣ ከተዋወቅን ከስድስት ወር በኋላ ጓደኝነታችንን አንድ እርምጃ ወደፊት አራመድን ፍቅረኞች ሆንን። በተዋወቅን ባመቱ ለጋብቻ ጠየቀኝ። ጥያቄውን በደስታ ብቀበልም፣ አንድ ያልተመለሰ ጉዳይ ውስጤን ያምሰው ጀመር። "በግዚአብሄር አላምንም።" ቢለኝ ምን አደርጋለሁ? ፈጣሪዬን በሰው አልቀይርው።

አንድ ቀን፣ የፍቅራችን መደምደሚያ የሆነውን የመጨረሻ ጥያቄዬን ወረወርኩ። "አባዬ! አንድ ጥያቄ አለኝ።" አልኩት፤ ስፈራ ስቸር።

"አንድ ብቻ!" ብሎ ቀለደብኝ።

"አንድ ብቻ።" አልኩ፤ እኔም ፈርጠም ብዬ።

"ችግር የለውም፣ ካሳ ግን ያስከፍላል።" አለኝ። አባይና ካሳ መቼም አይነጣጠሉም። እንደ መካካስ የሚወደው ነገር የለም። 'መካካስ የፍቅር መገለጫው ነው።' ብዬ ስላመንኩ እኔም ተቀብየዋለሁ።

"ግድ የለም መልስ ስጠኝ እንጅ በደንብ እከስህለሁ።" አልኩት፤ ካሳ ከሳዩ እሱ እንጂ እኔ እንደማልሆን እርግጠኛ ሆኜ።

"ምንድነው ጥያቄሽ?" አለኝ፤ ጥያቄ ለመጠየቅ ይህን ያህል ስጨነቅ አይቶኝ ስለማያውቅ፤ ተገርሞ።

"መቼም ከዚህ ወዲያ እንደ በፊቱ ችላ በዬ ላልፈው የማይቻለኝ ነገር ስለሆነ እውነተኛ መልስ እንድትሰጠኝ እሻለሁ።" አልኩት።

"እንዴ! ከመቼ ወዲህ ነው ጥያቄ ለመጠየቅ ይሄንን ያህል ደጅ የምትጠኝው? ኧረ በናትሽ የምትጠይቂውን ጠይቂና እንገላገል።" አለ፤ እየሳቀ።

"ስለ እግዚአብሄር እና ስለ ቤተ ክርሰቲያን ያለህን አቋም ማወቅ እፈልጋለሁ? በግዚአብሄር ታምናለህ? ቤተ ክርስቲያንስ ሄደህ ታውቃለህ? ከዚህ በኋላስ የመሄድ ሀሳብ አለህ? ልጆች ብንወልድ፣ ታስጠምቃቸዋለህ፣ ቤተ ክርሰቲያን ትወስዳቸዋለህ ወይስ ከሀይማኖቴ ትለያቸዋለህ? ከአምላኬ በላይ የምወደው ስለማይኖር፣ የነዚህን ጥያቄዎች ሙሉ መልስ እፈልጋለሁ።" አልኩት።

አባይ እንደወትሮው አልሳቀም። እንዲያም ሆኖ ግን ለመቀለድ እየሞከረ፣ "የፈቀድኩልሽ አንድ ጥያቄ ብቻ እንድትጠይቂኝ ነበር፤ አንቺ ግን ወደ አስራ ሁለት ለጠጥሽው። ወደ ቁም ነገሩ ልመለስና፣ እምነቴን ብታውቂ ምን ይጠቅምሻል? ምንስ ለውጥ ያመጣልሻል?" አለና፣ "እኔ አንችን እንዳለሽ ነበር የተቀበልኩሽ፤ አንቺሳ እኔን እንዳለሁ መቀበል አትችይም?" ብሎ ጠየቀኝ?

አነጋገሩ ትክክል ነበር። እኔን ከሙሉ ድክመቴ ጋር ነበር ሚስት እንድሆነው የጠየቀኝ፤ እኔም አፀፋውን መመለስ መቻል ነበረብኝ። እንዲያ ማድረጉን ግን አልቻልኩም። የሚሰጠኝ መልስ ሊያቀያይመን ከዚያም አልፎ ሊለያየን ይችላል። መለያየት ካለብን ከአሁኑ ብንለያይ ይሻላል። እያደር ይሻለዋል ወይም ጊዜ ይቀይረዋል በሚል ተስፋ አዲስ ህይወት መጀመር አልፈልግም። መለወጥ የምችለው እኔን እንጂ ሌላ ሰው እንዳልሆነ ስለማውቅ፣ አባይን እቀይራለሁ ብዬ እራሴን አላታልልም።

መጨነቄ የታወቀው አባይ፣ "ነይ፣ አጠገቤ ቁጭ በይ፤ ጥያቄሽን ልመልስልሽ።" አለኝ። ምን እንደሚል መገመት እንኳን ስላልቻልኩ ልቤ በፍጥነት መምታት ጀመረ።

"ተራ በተራ እመልስልሻለሁ። 'በእግዚአብሄር ታምናለህ ወይ?' ለሚለው ጥያቄሽ፣ 'ለፈጣሪዬ ያለጥርጥር እገዛለሁ። በአብ፣ በወልድ፣ በመንፈስ ቅዱስ አምናለሁ። ቅዱስ መፅሀፍም የእግዚአብሄር ቃል እንደሆነ አውቃለሁ።" አለኝ።

ውስጤ በደስታ ተሞላ። ፊቴ ደስታዬን መደበቅ አቅቶት በፈገግታ ተዋጠ። አቅፌ ልስመው ወደሱ ስጠጋ፣ "ግን፣" አለ።

እማዬ፣ "አማራ 'ግን' ብሎ ሲጀምር፣ ተጠንቅቀህ ስማ።" ትላለች። እኔም የአባይን 'ግን' ለማዳመጥ ጆሮዬን አስጠጋሁ።

"ግን፣ ቤተ ክርስቲያን ለሚባል ነገር ግድ የለኝም።" አለኝ።

ደስታዬ ከሰመ፣ ፈገግታዬም ደመና እንደከለላት ፀሀይ ደበዘዘ። ነገሩ ግራ ስላጋባኝ፣ "ምን ማለትህ ነው?" ብዬ ጠየቅሁ።

“ስሚኝ የኔ ፍቅር፣ አንቺ ቤተ ክርስቲያን መሄድሽን አልቃወምም፤ ጠያም ልጆች ቢኖሩንና ይዘሻቸው ብትሄጂ አይከፋኝም። እኔ ግን እንኳንስ ቤተ ክርስቲያን ልሄድልሽ ይቅርና ስለ ቤተ ክርስቲያን ስታወሪ መስማት አልፈልግም።” አለኝ።

“ለምን የኔ ቆንጆ?” ብዬ ጠየቅሁ፣ በእግዚአብሄር የሚያምን ሰው ቤተ ክርስቲያንን የሚጠላበት ምክንያት ስላልተገለፀልኝ።

“ይሄን የምነግርሽ ለአንዴና ለመጨረሻ ጊዜ ስለሆነ በደንብ አዳምጭኝ። መልሴ አንድ ስለሆነ፣ ደግመሽ ብትጠይቂኝ ደግሜ አልመልስልሽም። ስለዚህ ይሄን ጥያቄ ደግመሽ ባትጠይቂኝ እመርጣለሁ። ለአሁኑ ግን፣ መልሴ ይኸውና፡

ቤተ ክርስቲያንን ትልቅ የሚያደርገው ህንፃው አይደለም፤ ምእመናን እና የምእመናኑ ፍቅር ነው። ፍቅርና መተሳሰብ የሌለበት ቤት ውስጥ መሄድ አልፈልግም። በእግዚአብሄር ሳይሆን በሰው ህግ ከሚገዙ ሰወች ጎን መቆም ያሳፍረኛል። ክርስቶስ እራሱን ዝቅ አርጎ እግር ባጠበበት ቤተ መቅደስ ስም፣ ‘እኔን አክብሩኝ፣ እኔን ፍሩኝ፣ እኔን ብቻ አድምጡኝ’ እያሉ የሚጀነኑ ሰዎችን ማየት ለኔ ፀያፍ ነው። ወንድም ወንድሙን ሲወድቅ እያየ ‘አይዞህ!’ ብሎ ለማንሳት እጁን የማይዘረጋበት ቦታ ወይም ትዳር ሲፈታ፣ አፋቺ እንጂ አስታራቂ በማይገኝበት ቦታ መታየትን አልመርጥም። ከአፋቸው የሚወጣው ክፋትና ሀሜት ንፁህን ልብ በሚያሳድፍበት ቦታ መታደም አልሻም። የአምላካቸውን ቤት እየዘረፉ የራሳቸውን ቤት ከሚገነቡ ሰወች ጋር፣ በፍፁም! በፍፁም! ማእድ ቀርቤ እንጀራ አልቆርስም። ይሄ ነው

እንግዴህ መልሴ፤ የማይደገም፤ ሁለተኛም የማልጠየቅበት መልሴ፤ ይሄው ነው። እስካሁን ምንም ያልተናገርኩት፣ አንቺ ለቤተ ክርስቲያን ያለሽን ፍቅር ስለማውቅ፣ መልካሙን አመለካከትሽን እንዳልበርዝብሽ ብዬ ነበር። እምነቴን የግድ ማወቅ ካለብሽ ግን፣ እምነቴ ይኸው ነው።" አለና፣ የማይደገም መልሱን ነገረኝ።

እውነቱን ስለነገረኝ ውስጤ ቢደስትም፣ በዚህ ጉዳይ ላይ የመጨረሻው ውይይታችን መሆኑ አሳዘነኝ። "ቤተ ክርስቲያን ውስጥ መጥፎ ነገሮች ቢከሰቱም፣ መልካሙ ነገር ያመዝናል።" ልለው ፈለግሁ። "ከቤተ ክርስቲያን ውጭ ቆመን፤ 'እነሱ!' እያልን ጣት ከመጠንቆል ይልቅ ውስጥ ገብተን፣ ቤተ ክርስቲያኗን እያገለገልን ለውጥ ማምጣት እንችላለን።" ልለውም ፈልጌ ነበር። ግን ልቦናዬ 'እኔ አንቺን እንዳለሽ ስለተቀበልኩሽ አንቺም እኔን እንደዛው ለምን አትቀበይኝም?' ወዳለው ሀሳብ ተጎተተና ሁሉንም እረስቼ "አባይን እንዳለ ልቀበለው ወይስ ልተወው?" የሚል ትግል ከራሴ ጋር ጀመርኩ። እንዳለ ብቀበለው ቤተ ክርስቲያንን የሚመለከት ነገር ከሱ ጋር ላልሰራ ነው። ስለ ቤተ ክርስቲያን የሚያስደሰተኝንም ሆነ የሚያሳዝነኝን ነገር ከሱ ጋር ላላወራ ነው። ብንወልድ፣ ልጆቼ ክርስትና ሲነሱ እሱ ከቤተ ክርስቲያን አይቆምም። ሰርግ ብደግስ፣ ሰርጉ ከቤተ ክርስቲያን አይሆንም። ልጆቼ ቤተ ክርስቲያንን የማገልገል ትምህርትም ሆነ ተሞክሮ አይኖራቸውም። ከግማሽ አካሌ ጋር ስለቤተ ክርስቲያን የማልወያይበት ረጅም ህይወት ከፊቴ ወለል ብሎ ታየኝ።

"እንዴት በእግዚአብሄር አምናለሁ ያለ ሰው ቤተ ክርስቲያንን ሊጠላ ይችላል? እንዴትስ ከክርስቲያን ህብረት

እራሱን ገንጥሎ ሊያወጣ ይችላል?” በጥያቄ ማእበል ከራሴ ጋር ስጋጭ አመሸሁ። ምርጫዬ በጣም ግራ የሚያጋባ ነበር። አባይን ከእምነቱ ጋር መቀበል ወይም ደግሞ ህይወቴን ለብቻዬ ማሳለፍ። “አንቺ አትሂጅ” አላለኝም፤ “እኔ አልሄድም” አለ እንጅ። እያልኩ ህይወቴን ከብቼኝነት ለማዳን ሞከርኩ፤ ግን ቁርጥ ያለ ውሳኔ ላይ መድረስ ተሳነኝ።

ለውጥ ለማምጣት የሚፈልግ ሰው፣ “እርስ በርሳችን እየተደጋገፍን የተሻለ ቦታ መድረስ እንችላለን።” ብሎ የሚያምን ሰው፣ እኛነታችንን እምነታችንን እና ባህላችንን አስጠብቆ በኖረና ወደፊትም በሚያስጠብቅ ትልቅና ታሪካዊ ተቋእም ላይ ይህን ያህል ጥላቻ እንዴት ያሳድራል? ይሄን ጥላቻ ምን ባደርግ ማስቀየር እችላለሁ? የሰውን ሀሳብ ለማስቀየር፣ መጀመሪያ ችግሩን መወያየት ያስፈልጋል። መወያየት ደግሞ ሊሆን የሚችል ነገር አይደለም። ደግሜ ስለእምነቱ እንዳልጠይቀው የመረረ ማስጠንቀቂያ ሰጥቶኛል።

እርግጥ አባይ ያነሳቸው ችግሮች ቤተ ክርስቲያኖቻችን ውስጥ አሉ። ግን መልካሙን ነገር አይቶ ከውስጥ መቆየትን ለምን አልመረጠም? አእምሮዬ በጥያቄ ብዛት ታወከ። “ምነው ባልጠየኩት ኖሮ” ብዬም ተፀፀትኩ። አባቴ “ሰው ስለራሱ ሲነግርሽ በደንብ አድምጭ፤ የሚነግርሽ እውነት ነውና” ይለኝ የነበረውን አስታወስኩ።

እንቅልፍ ባይኔ ሳይዞር ሌሊቱ ነጋልኝ። ሲነጋ ለኤልሳ ደወልኩላት። ኤልሳ ለእኔና ለአባይ ጥሩ ጓደኛችን ስለነበረች የሆነውን ሁሉ ሳልደብቅ አወራሁላት፤ በአምሮዬ እየተመላለሱ ሰላም ያሳጡኝን ጥያቄዎች ሁሉ ደረደርኩላት።

“ሳብዬ” አለችኝ፤ ኤልሳ። “ከመጋባታችሁ በፊት መጠየቅሽ ደግ አርገሻል። በእምሮሽ የምታመላልሻቸው

ጥያቄወች ግን አሁን ባለሽበት ሁኔታ ፍሬ ቢስ ናቸው። ምክንያቱም ጥየቄዎችሽ ያተኮሩት በአባይ ላይ እንጂ ባንቺ ላይ አይደለም። መጠየቅ ያለብሽ ግን እራስሽን ነው። ያም ቢሆን በጥያቄ ጋጋታ መወናበድ የለብሽም። ችግርሽን ለመፍታት አንድ ጥያቄ ብቻ ይበቃሻል።” አለችኝ።

ጓደኛዬ ኤልሳ አሰተዋይ ሰው በመሆኗ፣ ምክሯን ስትለግሰኝ በጥንቃቄ ነው የማዳምጣት። ስለዚህ አእምሮዬን ከፍቼ ጆሮዬን አስጠግቼ ጥያቄውን ለመስማት እጠብቅ ጀመር።

ብዙም አላስጠበቀችኝም፤ “ጥያቄው፣ ‘እችለዋለሁ ወይ?’ ነው።” አለችኝ።

“ምኑን ነው የምችለው?” አልኳት፤ በሀሳቧ ግራ ተጋብቼ።

ኤልስዬ ከት ብላ ሳቀች። “የሱ ሚስት መሆንን፣ ያለ ምንም ችግር እሱን መቀበል መቻልን”

“አልገባኝም”፤ አልኩዋት።

“ያ ማለት፣ የቤተሰብ ችግር በተፈጠረ ጊዜ ሁሉ ‘የእግዚአብሄር ቁጣ ነው’ ሳትይ፣ የችግሩን መንስኤ ባልሽ ላይ ሳትለጥፊ፣ ‘ገንዘቤ ለቤተ ክርስቲያን አይሰጥም!’ ሲልሽ፣ ሳትጣይ ወይም ሳታኮርፊ፤ ስለ ቤተ ክርስቲያን ቀና ያልሆነ ነገር እየሰማሽ መልስ ሳትሰጪ፣ ችቦአችሁን ከባልሽ ጋር አብርታችሁ፣ ደመራውን መለኮስ አለመቻላችሁ፣ ፋሲካን ስታስቀድሱ አድራችሁ፣ አብራችሁ አለመፈሰካችሁ፣ ሳያስቆጭሽና ሳያሳዝንሽ፣ ፊትሽንም በባልሽ ላይ ሳታዞሪ መኖር መቻልሽን ነው እራስሽን መጠየቅ ያለብሽ።” አለች።

መልሱን ሳሰላስል ያልገባኝ ስለመስላት፣ “ችግሩ፣ ቤተ ክርስቲያን መሆኑ ቀርቶ፣ ‘ሰካራም ነኝ። መጠጥ እወዳለሁ።’

ቢልሽ፣ ጥያቄሽ ምን ይሆን ነበር፣ ቁማርተኛ ወይም አመንዛሪ ቢሆን ጥሮስ። በኛ ባህል አመንዛሪን የምትችል ሚስት አትኖርም። ቁማርተኛና ሰካራምን ግን የሚችሉ ይኖራሉ። ጥያቄው ግን ሁሌም 'እችለዋለሁ ወይ?' ነው። ያንቺም ችግር ያው ነው። የማትችይው ከሆነ ያንቺንም ሆነ የሱን ጊዜ አታጥፊ። በተለይ፣ እለውጠዋለሁ የሚለውን የሞኞች ተስፋ በአእምሮሽ አታስገቢ፣ የሰው ልጅ እንኳንስ ሌላውን ራሱን የመለወጥ ችሎታው ውሱን ነው።" አለችኝ።

በያቅጣጫው እየበረረ መሰብሰብ አቅቶት የነበረው ሀሳቤን ሰብስባ በአንድ ጥያቄ አሰረችው። እውነትም ኤልሳ እንዳለችው፣ ከአባይ ጋር ከዚህ በፊት የተባባልናቸው፣ ያደረግናቸው ወይም ወደፊት የምናደርጋቸው ነገሮች ሁሉ በዚች ባንድ ጥያቄ ተገቱ። "አባይ እኔን እንደተቀበለኝ ሁሉ እኔም ሙሉ በሙሉ ተቀብየው ሚስቱ መሆን እችል ይሆን?" ብዬ እራሴን ጠየቅሁ።

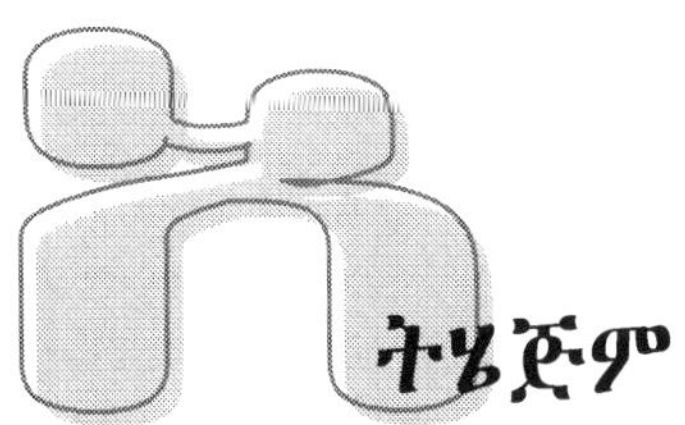

ትሄጅም

“በቃ አትሄጂም አልኩ፣ አትሄጂም! ምን ልትሆኚ ነው። ምን መፍጠር የምትችይ ይመስልሻል! ጉረኛ ሁሉ ተሰብስቦ! እስቲ ምን ታመጭ እንደሆነ እናያለን!” ብሎ ደነፋ። እውነት ነበረው፤ እኔ ላመጣው የምችል አንዳችም ለውጥ አልነበረም። መሬቷ ተሰንጥቃ ብትውጠኝ ተመኘሁ። የሚቀጥለው የህይወቴ ምእራፍ ምን ሊሆን እንደሚችል በፍፁም መገመት አቃተኝ። እንደ አበደ ሰው ለሚደነፋው ሻንበል መልስ መስጠት ስለተሳነኝ አለቅስ ጀመር። በዛ ሰአት የነበረኝ የጦር መሳሪያ እንባዬ ብቻ ነበር። “ምን ታመጫለሽ!” ያለውም እውነቱን ነበር፤ ምንም። እራሱን በፈጣሪ ቦታ ተክቶ ነውና የፈረደው፣ ውሳኔው ይግባኝ አይጠየቅበትም።

ማልቀሴን ሲያይ፣ ሻምበሉ ይባስ ተናደደ። “ሂጂ ውጭ ከዚህ! የኛ ሞልቃቃ! ደሞ ታለቅሳለች እንዴ፣ ባንቀልባ አዝዬ እሹሩሩ እንድልሽ ነው! የመደብ ጀርባችሁ ያልጠራ መሀል ሰፋሪ ሁሉ፤ ገና ልክ ትገባላችሁ። ውጪ ከዚህ፤ አትነፋረቂብኝ!” ብሎ አስወጥቶ በሩን ዘጋብኝ።

ወደቤቴ ስመልስ መንገዱን ሁሉ የማስበው፣ እዚህ ሻምበል ፊት ለመቅረብ ስለከፈልኩት ዋጋ ነበር። ስንቱን አልፌአለሁ፤ በህይወቴ ይደረግብኛል ብዬ ያላሰብኩት ስንት ነገር ደርሶብኛል። ከሁሉም ያሳዘነኝ፣ ይሄ ሁሉ ልፋቴ፣ አንድ ማንነቴን በማያውቅ፣ ለህይወቴ ያለኝ እቅድ ፍፁም

በማይገባው፤ እድሉን ባገኝ፣ ለቤተሰቦቼ፣ ለጓደኞቼ እና ለወገኖቼ ተስፋ መሆን እንደምችል መገንዘብ ባታተው ተበፋ ቢስ ሰው መኮላሸቱ ነበር።

"አሁን ምን ባደርግ ይሻለኛል? ችግሬን ለማን ማማከር እችላለሁ? ማንስ ሊረዳኝ ይችላል? እዚህ አገር ብቀር ለዚህ ክፉ ሰው ምን ይጠቅመዋል? እኔን በማስቀረቱ የሚያተርፈው ነገር የለም፤ ለእናቴና ለቤተሰቦቼ ሸክም ያደርገኛል እንጂ። 'ብሄድ ተምሬ ያልፍልኛል፤ ለናቴም ተስፋ እሆናታለሁ፤ እህቶቼን እረዳለሁ፤ ቤተሰብ በሙሉ የተሻለ ቀን ይወጣለታል።' የሚለውን የህይወቴን አላማ ለማንም ትርጉም በማይሰጥ መልኩ ደመሰሰው። አትሄጅም አለኝ።"

እያለቀስኩ እቤት ገባሁ። ገና ፊቴን ስታይ እንዳልተሳካልኝ ያወቀችው እናቴ፣ "ምነው አልሆነልሽም?" አለችኝ። መልስ አልሰጠኋትም፤ "ዛሬም ለሌላ ቀን ቀጠረሽ?" አለችኝ፤ ለሶስት ሳምንት ያህል "ነገ ጠዋት ነይ።"፣ "ከምሳ በኋላ ተመለሽ።"፣ "ዛሬ ስራ በዝቶብኛል፤ አንቺን ላናግር አልችልም።" እያለ ያመላለሰኝን አስባ። ለነገሩ ከዛሬ ነገ እሺ ብሎ የይለፍ ወረቀት ይፈርምልኛል ብዬ በተስፋ የተጓዝኩባቸው ቀኖች እጅግ በጣም የተሻሉ ነበሩ። ዛሬ የመጨረሻ ነው፤ ዛሬ ቁርጤን ነግሮኛል፤ ዛሬ፣ "ከዚህ በኋላ ተመልሰሽ እንዳትመጪ!" ብሎ የመኖር ተስፋዬን አጨልሞ ነው ያባረረኝ። ለማንም የምሰጠው ምንም መልስ ስላልነበረኝ ስቅስቅ ብዬ አለቀስኩ።

"ተይው ልጄ፣ ቸሩ መድሀኒአለም ያውቃል፤ ተይው ግድየለም፤ ለጌታም ጌታ አለው።" አለች እማዬ፤ የኔ ቅስም መሰበር፣ እሷን ከምንም ነገር በላይ ጎድቷት። "ተይው ግድየለም፤ እድልሽ እዚሁ ከኛ ጋር ቢሆን ነው።" ብላ

ሊታባብለኝ ሞከረች። የእማዬ ማፅናናት ቢቀጥልም፣ እንባዬን ማቆም ግን አልቻልኩም።

የአስራ ሁለተኛ ክፍል የመልቀቂያ ፈተና ውጤቴ ጥሩ ስለነበር እውጭ አገር ሄዶ የመማር እድል አገኘሁ። በዚያን ዘመን ግን፣ ለትምህርት ቢሆን እንኳን፣ ከኢትዮጵያ መውጣት እጅግ ከባድ ነበር። በትምህርት ጎበዝ መሆንና ፈተናውን ማለፉ የመጀመሪያው መሰናክል ቢሆንም፣ ወደ ውጭ አገር ለመሄድ አንድ ተማሪ የሚያልፍባቸው በሮች ጠባብና ብዙ ነበሩ።

ቀበሌ፣ የወጣት ማህበር፣ የሴት ማህበር፣ ከፍተኛ፣ የሚባሉትን ተቋማት አልፌ፣ የስንቱን ሰው ፊት አይቼ ነበር የቀጠና ሀላፊው ጋ የደረሰኩት። እዚህ ቦታ ለመድረስ ብዙ ተሰቃይቻለሁ፤ እስከ አሁን የከፈልኩትስ እዳ ምን ላይ ሊፃፍ ነው! እራሴን ያዋረድኩትና እማዬ ደጅ ስትጠና የደረሰባትን ግልምጫ የትኛው መዝገብ ላይ ሊሰፍር ይሆን! ህይወት ለቅፅበት አሳይታኝ የነበረውን የተስፋ በር ጥርቅም አርጋ ስትዘጋው ተሰማኝ። ያጠፋሁት ወይም የበደልኩት ምን እንደሆነ የሚያስረዳኝ ሰው ማግኘት ግን አልቻልኩም።

ነፍስ ካወቅሁበት ቀን ጀምሮ፣ ከቤቴ ወደ ትምህርት ቤት፣ ከትምህርት ቤት ወደ ጥናት፣ ጥናቴን ስጨርስ ደግሞ እናቴን በስራ ከማገዝ በስተቀር የማውቀው ሌላ ነገር አልነበረም። የሰፈራችንን ሰዎች እንኳ በደንብ አላውቃቸውም ነበር። አባታችን በልጅነታችን ስለሞተ እማዬ በጣም ታግላ፣ ተንገላታና የሰው ፊት አይታ ነበር፤ እኛን ከመጥፎ ነገር ሁሉ ከልላ ያሳደገችን።

አባታችን ያፈራው ሀብትና ንብረት በሙሉ ተወርሶ እማዬ የቀራት የምንኖርበት ቤት ብቻ ነበር። እኔ የመጀመሪያ ልጅዋ

ደርሼ፣ የተሸከመችውን ከባድ ሀላፊነት እንዳቃልልላት ትመኛለች። እማዬ ማግኘትን እና ማጣነን ጠንቅቃ ታውቃለች። ስለዚህ ሁሌም፣

“ውጭ ውጩን አትዩ! ተማሩ፣ አጥኑ፣ አንብቡ፣ እንዲያ ካደረጋችሁ የተሻለ የተሻለ ህይወት ይጠብቃችኋል።” እያለች ትመክረን ነበር። ጥናታችን የሚቋረጥ ስለሚመስላት ነው መሰለኝ፣ ከግቢያችን ከወጣን ደስ አይላትም ነበር። ብቻ፣

“ተማሪ! ከተማርሽ ሁሉንም ነገር ትደርሺበታለሽ። ይልቅ ውጭ ውጭውን ስታዩ ትምህርት የሚከፍተው በር እንዳያመልጥሽ።” ነበር፤ የዘወትር ምክሯ። ጥረቴ ሁሉ እሷን ማስደሰት ነበርና፣ ጎበዝ ተማሪ ሆንኩ። እውነትም እማዬ እዳለችው ትምርት የህይወትን በሮች ይከፍትልኝ ጀመር። የአስራ ሁለተኛ ክፍል የመልቀቂያ ፈተና ውጤቴ ጥሩ ስለነበረ፣ የከፍተኛ ትምህርት እድል በውጭ አገር አገኘሁ። የተስፋ ፀሀይ ቤታችንን በብርሀን ሞላው ። እማዬ “ተምረሽ ስትመለሽ...” የሚለውን ምኞትዋን ትደረድር ጀመር።

ችግሩ፣ አንድ ሰው ወደ ውጭ አገር ከመላኩ በፊት፣ ከየተለያዩ ተቋማት የተሰጠውን የድጋፍ ደብዳቤ ለከፍተኛ የትምህርት ኮሚሽን ማቅረብ ነበረበት። እነዚህ የድጋፍ ደብዳቤዎች ከተመረመሩ በኋላ ነበር ፓስፖርት ማውጣት የሚቻለው። የትምህርት ጉብዝና፣ ወደውጭ ሀገር ለመላክ ከሚያስፈልጉት መመዘኛዎች አንዱ ብቻ ነበር።

እድሉን ሳገኝ፣ መንገዴን የሚያሰናክል ነገር ይኖራል ብዬ ስላላሰብኩ በደስታ ፈነጠዝኩ። ለማዬ ትምህርቴን ስጨርስና ስራ ስይዝ የማደርግላትን እየዘረዘረዘርኩ አሰለቻት ጀመር። እሷ ግን፣ መለያዬታችንን ባትወደውም ደስታዬ ደስ አሰኛት።

ከፍተኛ የትምህርት ኮሚሽን በር ላይ ስሜ በተለጠፈ ማግስት፣ ፓስፖርት ለማውጣት የማ ያስፈልጉኝን ማስረጃዎች ለመሰብሰብ ወደ ቀበሌ ሄድኩ። የቀበሌውን ሊቀመንበር አግኝቼ ጉዳዬን ግልፅ አርጌ ተናገርኩ።

"አንቺ የአማረ ልጅ አይደለሽም?" አሉኝ፤ አባቴን አስታውሰው።

"አዎን ነኝ።" አልኩ፤ ፈገግ ብዬ ኩራቴን በሚያስትጋባ ድምፅ።

"ጎሽ! ጎሽ! ጎበዝ የኔ ልጅ።" ብለው አደነቁኝና። "በመጀመሪያ የወጣት ማህበር ተጠሪውን የድጋፍ ወረቀት ትጠይቅያለሽ፣ ቀጥለሽ ወደ ሴቶች ማህበር ሄደሽ ሊቀመንበርዋን ታናግሪያለሽ። እነዚህ ሁለቱ ከጨረሱልሽ በኋላ ነው እኔጋ የምትመጭው። የኔ ምንም ችግር የለውም። እንኳን ለዚህ አበቃሽ እንጂ እተባበርሻለሁ።" አሉኝ። የተስፋ ብርሀን በውስጤ ቦግ ብላ በራች፤ ተምሬ ስመለስ እንደሳቸው ላሉ ሰወችም ጭምር ተስፋ እንደምሆን፣ ከዚያም አልፌ አገሬን ኢትዮጵያን እንደማኮራና እሷም ከኔና ከሌሎች ልጆችዋ ብዙ እንደምትጠብቅ ነገሩኝ።

የሚቀጥለውን ጉዞዬን ወደ ወጣቶች ማህበር ፅህፈት ቤት አደረግሁ። የቀበሌው ሊቀመንበር በሰጡኝ ተስፋ መሰረት ምንም ችግር እንደሌለው ገምቼ በሩን አንኳኳሁ። ይግቡ አለ ከውስጥ ያለው ድምፅ። ተስፋ ባደነደነው እጄ በሩን ከፍቼ ገባሁ። ከውስጥ ተቀምጦ የነበረውን ሰው ሳይ ግን ሰውነቴ መንቀጥቀጥ ጀመረ። እንግዴህ የጉዞየ ችግር ተጀመረ ማለት ነው።

"እሺ የኛ ጉረኛ፣ ምን ፈልገሽ መጣሽ?" አለ፤ ገና ሲያየኝ። "አታናግሩኝ፤ አትዩኝ፤ የምትይባቸው ቀናት አበቁና

እኛን የምትፈልጊበት ቀን ተፈጠረ። እግዚአብሄር ደግ ነው እየንዳንዮሽን እጄ ላይ ይጥልሻል።'' በለ ፈገግ አለ።

የሄድኩበትን ጉዳይ ዘርዝሬ አስረዳሁ። የወጣት ማህበሩ ሊቀመንበር ከት ብሎ እየሳቀ፣ "አንቺ ማነሽና ነው የድጋፍ ወረቀት የሚፃፍልሽ? እስቲ ንገሪኝ! ለወጣት ማህበሩ ምን አይነት አስተወፅኦ አድርገሻል? መንገድ ላይ ስናይሽ እንኳን፣ 'ለምን አያችሁኝ! እያልሽ ትመፃደቂብን አልበረም? አሁን ደብዳቤ እንዲፃፍልሽ ስትጠይቂ ትንሽ አታፍሪም!" ብሎ አፈጠጠብኝ። ለጠበቁኝ ጥያቄዎች ሁሉ የተዘጋጁ መልሶች አልነበሩኝምና፣ ዝም ብዬ ቆምኩ። "ምን ታፈጫለሽ! መልስ ስጭኝ እንጂ።" አለ፤ ተቆጥቶ። እግሮቼ ተሳሰሩ እንባዬ ያለ የሌለ ጉልበቱን ሰብስቦ ፊቴን አጠበው። እንባዬ ስላስደነገጠው ነው መሰለኝ፣ "ለጥያቄዬ መልስ ከሌለሽ ከዚህ ውጭልኝ፤ መልስ ሲኖርሽ ብቻ ተመልሰሽ ነይ።" አለኝ።

ምን መልስ ሊኖረኝ ይችላል? መልስ የለኝም፤ እውነቱን ነው። እኔ ከትምህርትና ከጥናቴ ሌላ የማውቀው ነገር አልነበረም። ቀበሌ፣ የወጣት ማህበር፣ ምናምን፣ ምናምን፣ የሚሏቸው ተቋሞች ውስጥ አንድም ቀን ተሳትፌ አላውቅም። አንድ ሁለት ቀን መንገድ ላይ ተገናኝተን ሊያናግረኝ ሲፈልግ ሸሽቼዋለሁ። ከዛ በኋላማ ገና ከሩቅ ሳየው ነበር መንገድ ቀይሬ ተሸሽጌ የማልፈው። አስተያየቱ ውስጤን ቦርቡሮ ስለሚገባ ባጠገቡ ማለፍ እንኳን ያስፈራኛል። አሁን ለዚህ ሰው ምን አይነት መልስ ልሰጠው እችላለሁ? "መልስ ሲኖርሽ ተመለሽ" የሚለኝ፣ የሌለ መልስ ከየት ትወልዳለች ብሎ ነው?

ከቀበሌ ወጥቼ ወደ ቤቴ አመራሁ። እማዬ ገና ስታየኝ እንዴት ሆንሽ አለችኝ። እንዳትደነግጥ ስለፈለግሁ የቀበሌ

ሊቀመንበሩ ያሉትን ብቻ ነግሬያት ወደ ውስጥ ገባሁና መልስ መፈለግ ጀመርኩ።

ምን ብለው ይሻላል? "የድጋፍ ወረቀቱን የምትፅፍልኝ ጥሩ ተማሪ ስለሆንኩ ነው።" ልበለው? ወይስ "ከወንጀል ሁሉ ነፃ ስለሆንኩ የድጋፍ ደብዳቤ ልትፅፍልኝ ይገባል።" ብለው ይሻላል? ምናልባት፣ "ከመሄዴ በፊት ያለኝን ጊዜ የወጣት ማህበሩን በማገልገል አሳልፈዋለሁ።" ብለው ድጋፉን ይሰጠኝ ይሆን? እያልኩ ሳሰላስል፣ ለተጠየቅሁት ጥያቄ የረባ መልስ ሳላገኝና እንቅልፍ የሚባል ነገር ባይኔ ሳይዞር ነጋ። "ተመልሼ ልሂድ? ወይስ አልሂድ?" የሚል ሙግት ከራሴ ጋር ጀመርኩና፣ ምርጫ እንዳልነበረኝ ስረዳ፣ ወደ ቀበሌ ጉዞዬን ጀመርኩ።

"የኛ ቅምጥል መጣሽ! ስታይኝ መንገድ ትለውጭ እንዳልነበር በየደቂቃው እናፍቅሽ ጀመር!" ብሎ ፈገግ አለ። አስተያየቱ አሁንም እንደበፊቱ ነው፤ "ሌዘር" የተሰኘው ጨረራ እንደተገጠመለት ሁሉ ሰውነቴን ቦርቡሮ ሲገባ ይሰማኛል። ሲያየኝ ከሰውነት ክፍሌ የሆነ ነገር ቆርጦ የወሰደ ያህል ያመኛል። በትእቢት የተወጠረው አመለካከቱ፣ የበቀል መልእክት የሚያስተላልፈው አነጋገሩና በፌዝ የተለወሰው ፈገግታው፣ እንኳን የምናገረውን የማስበውን ጭምር አስጠፋብኝ።

"በይ እስቲ እንስማው! ምን መልስ ይዘሽ መጣሽ? መልስ ሳትይዥ እንዳትመለሽ ብዬሻለሁ አይደል?" አለኝ። እሱ በተናገረ ቁጥር እኔ ያሰብኩት እያጠፋብኝ፣ አፌ እየተሳሰረ ሰውነቴ እየተረበሸ መጣና ያ የፈረደበት እንባ አሁንም መጉረፍ ጀመረ።

“ይቺ የማናት ሞልቃቃ! ልታለቅሺ ነው እንዴ የመጣሽው? ጠዩ ተናገሪ ያለዚያ ከዚህ ወጪ።” አለኝ።

መናገሩ እንደማይሆንልኝ ስለገባኝ ወጥቼ ለመሄድ በሩን ከፈትኩ። ከመውጣቴ በፊት ግን፣ “ስሚ!” አለኝ። ዞር ብዬ አየሁት። አንቺ መልስ ከሌለሽ እኔ እንዳንቺ አይደለሁምና መፍትሄውን ልነግርሽ እችላለሁ።” አለና፣ ቀጠል አድርጎ፣ “ግን፣ አሁን የምጠይቅሽን ለሌላ ሰው ብትነግሪ፣ የወረቀቱን ጉዳይ ተይው፤ እዚህ አገር መኖር እንዳትችይ ነው የማረግሽ።” አለና አፍጥጦ ይመለከተኝ ጀመር። እኔም ደንግጬ ነበርና ዝም ብዬ አየሁት። “ምን ታፈጫለሽ! ትፈልጊያለሽ አትፈልጊም?” ብሎ ተቆጣ። እንደምንም ተሟሙቼ፣

“እሺ፣ እፈልጋለሁ።” አልኩ።

“ግቢና በሩን ዝጊው።” አለኝ። ተመልሼ በሩን ዘጋሁ።

“ይህንን የድጋፍ ወረቀት ከፈለግሽ ነገ የምቀጥርሽ ቦታ መምጣት አለብሽ።” አለኝ። መልስ አልሰጠሁም። “ዋ! ነግሬሻለሁ፤ ይሄ የመጨረሻ እድልሽ ነው። ካልመጣሽ፣ ወረቀቱን አትፈልጊውም ማለት ነውና፣ አታገኚውም!” አለኝ፤ በቁጣ። አሁንም መልስ አልሰጠሁትም። “አንቺን እኮ ነው የማናግረው፤ መልስ አትሰጭኝም እንዴ!” አለና ጮኸብኝ።

“እሺ” አልኩ፤ የሞት ሞቴን።

“እሺ ምን!” ብሎ ጮኸብኝ ።

“እሺ እመጣለሁ” አልኩ፤ በተሸነፈ ድምፅ። ከሰፈራችን ትንሽ ወጣ ያለ ቦታ ቀጠረኝ። የቀጠረኝ መንገድ ዳር ስለነበረ አላስፈራኝም ነበርና፣ በቀጠሮው ተስማምቼ ወደ ቤቴ ሄድኩ።

በነጋታው፣ በተባልኩት ቦታና ሰአት ተገኘሁ። ሲያየኝ ከት ብሎ ሳቀና፥ "ትመጫለሽ ብዬ በፍፁም አላሰብኩም ነበር።" አለኝ። አሁንም መልስ የለኝም። እንድከተለው አዞኝ፣ አንድ ግሮሰሪ የሚመስል ቤት ውስጥ ይዞኝ ገባ። ቤቱ ከውጭ ተራ ቤት ቢመስልም ውስጡ በሸንበቆ የተከፋፈሉና ፍቅረኞች እንዲዳሩበት የተዘጋጁ የሚመስሉ መቀመጫዎች አሉት።

"እዚህ ቤት መጥተሽ ታውቂያለሽ?" አለኝ። በፍፁም ለማለት እራሴን ነቀነቅሁ። አሁንም ከት ብሎ ሳቀና "ያንቺ ቢጤ ምን በወጣው እንዲህ አይነት ቦታ ይገኛል!" ብሎ ጎትቶ አስቀመጠኝ። "ወረቀቱን ስጠኝና እባክህ ወደ ቤት ልሂድ።" ብዬ ለመንኩት። ከት ብሎ ሳቀ፤ እንደገና። በመሸነፌ፣ ራሴን አዋርጄ እሱን በመለመኔ፣ ደስታ ከመጠን በላይ አሳብጦታል።

"እውነትሽን ነው። ላንቺ ወረቀት ልሰጥ ነው እዚህ ድረስ የመጣሁት።" ያንን የፌዝ ሳቅ አሁንም ለቀቀው። ሳቁ፣ እሱን የሚያስደስተውን ያህል እኔን ያስደነግጠኝ ነበርና፣ አንገቴን አቀርቅሬ የሚጠብቀኝን ውርደት በዝምታ መጠበቅ ጀመርኩ።

አስተናጋጁ ተንደርድሮ መጣና "ምን ልታዘዝ?" አለ።

"ለኔ ቢራ አምጣልኝ!" አለና፣ ፊቱን ወደኔ አዙሮ፣ "ምን ትጠጫለሽ?" ብሎ ጠየቀ።

"ምንም" ብዬ መለስኩ።

"ምንም! ሰው ልጋብዝሽ ሲልሽ እንዴት ምንም ትያለሽ? የማናት ደነዝ እባካችሁ!" ብሎ አፈጠጠብኝ። አስተናጋጁም፣ "ቶሎ መልስ ስጭና ገላግይን።" በሚል ሀዘን በተቀላቀለበት ሁኔታ ይመለከተኝ ጀመር።

እኔ መልስ እስክሰጥ መጠበቁ ከበደው መሰለኝ፣ "ሚሪንዳ አምጣላት።" ብሎ አዘዘ። አስተናጋጁም እጅ ነስቶ ሄደ።

“በናትህ እማዬ ታስባለች፣ ወረቀቱን ስጠኝና ልሂድበት።” ብዬ ተለማመጥኩ።

“እማዬን የሚያሳስባቸው ሌላ ብዙ ጉዳይ ይኖራቸዋል። እማዬ! እማዬ! አትበይብኝ፤ ይልቅስ አርፈሽ ተቀመጭ!” ብሎ ተቆጣ። ሰውነቴ መንቀጥቀጥ ጀመረ። አይኑን ማየት ስላስፈራኝ ውጩን በመስኮት ማየት ጀመርኩ።

“የምትገርሚ ጉድ ነሽ።” አለ። በፍርሀት ከመንቀጥቀጥ በቀር የምሰጠው መልስ አልነበረኝም። “ከጎኔ መቀመጥ ቀፎሽ አይደል ተፈናጥረሽ የተቀመጥሽው?” አለ፤ አይኖቹን ንዴት፣ ልቡን ደግሞ እብሪት ሞልቶት። “ቆይ አሳይሻለሁ! ለእንዳቺ አይነቱ ጥጋበኛ መድሀኒቱ ነኝ።” ብሎ ሳቀብኝ። ካለሁበት አልተነቃነቅኩም። ብቻ፣ እጁን ሰዶ ሊጎትተኝ ሲታገል፤ አስተናጋጁ የታዘዘውን መጠጥ ይዞ ከተፍ አለና ገላገለኝ።

የቀረበለትን መጠጥ አንድ ሁለቴ ተጎንጭቶ፣ “ጠጪ እንጂ!” አለኝ። ጠርሙሱን ትክ ብዬ እያየሁ፣ በአእምሮዬ የሚመላለሰውን ሀሳብ አውጥቼ ለመናገር መታገል ጀመርኩ። ምን ሊያረገኝ አስቦ ይሆን ያለ ማቋረጥ የሚዝትብኝ?። መቸም ወረቀቱን እንደማይሰጠኝ እርግጠኛ ነኝ። ያሰበልኝ ተንኮል አለ እንጂ፣ እንዲህ ሲዝትብኝ አይውልም ነበር። ስለዚህ በጊዜ ማምለጥ እንዳለብኝ ራሴን አሳመንኩና የመውጫዬን ዘዴ መፈለግ ጀመርኩ።

“ምን ይዘጋሻል!” አለና፣ እራሱን አንፏቆ ከጎኔ ተቀመጠ። “ተገኘሽ አይደል፣ ስንት ዘመን ስንጎመጅሽ! በአይንሽ ለማየት እንኳን ስትጠየፊን ከርመሽ ዛሬ በግላጭ ተገኘሽ አይደል! ግን እስቲ አንድ ነገር ልጠይቅሽ። አንቺ የሞጃ ልጅ ስለሆንሽ ነበር ድህነቴ የሚቀፍሽ? ለምን ነበር ስታይኝ መንገድ የምትቀይሪው?” እያለ በሆዱ ያጠራቀመውን

የበታችነት ስሜት ማራገፍ ጀመረ። መልስ ብሰጠው ወይም ሌላ ሌላ ብነግረው ደስ ባለኝ ነበር። ጭንቅላቴ ግን የማመልጥበትን መንገድ እያሰበ ነበርና መልስ የመስጫ ጊዜ አልነበረውም።

ከተናገረው ሁሉ በአእምሮዬ ውስጥ ተሰክታ የቀረችው "ሞጃ" የምትለዋ ቃል ብቻ ነበረች። እኔን "ሞጃ" ብሎ ከጠራ ወይ ሞጃ ምን እንደሆነ አያውቅም፣ ወይም የሚያወራው ስለእኛ ቤት አልነበርም። እርግጥ አባቴ ከመሞቱ በፊት ቤተሰቦቼ መልካም ሀብትና ንብረት ነበራቸው። አሁን ግን ምንም የለንም። እማዬ፣ "የቤት ገመና ወደ ውጭ አይወጣም።" ስለምትል፣ ባደባባይ አውጥተን አንናገረውም እንጂ፣ ችግርንስ አይተናል። እማዬ፣ የሰው እጅ እንዳናይ ስትል የምትኖርበትን ስቃይ ቢያውቅ ኖሮ ይህንን አይልም ነበር። "እቤታችን ውስጥ ያለውን ችግር ብነግረው ምናልባት ያዝንልኝ ይሆናል።" ብዬ አሰብኩ። እናቴ መጀመሪያ ወርቅና ብርዋን፣ ከዛ የቤቱን እቃ፣ አሁን ደግሞ ልብሷን እየሸጠች እንደምታሳድገን ብነግረውና ያለኋት ተስፋ እኔ ስለሆንኩ፣ ተምሬ እንድደርስላት ቢረዳኝ፣ አምላክ በምድርም ሆነ በሰማይ ውለታውን እንደሚከፍለው ብገልፅለት፣ ይረዳኝ ይሆን? ልቤ እውነቱን ልናገር ወይስ አልናገር እያለ ሲያመነታ፣ ያላሰብኩት ዱብ እዳ ወረደ። ከየት መጣህ ሳይባል እቅፍ አድርጎ ሳመኝ። እኔ ላመልጥ ታገልኩ እሱ ደግሞ እንዳላመልጠው ታገለ። "ለምንድነው የምቀፍሽ?" ያለኝ፣ አልገባኝም ነበር። አሁን ግን አውነትም ቀፈፈኝ። የባዳ ከንፈር ነክቶዋቸው የማያውቁ ከንፈሮቼን ያላምጣቸው ጀመር። መተንፈስ እስኪያቅተኝ ድረስ ታገልኩ። ያ ዘግናኝ እጁም ገላዬን ሲነካው ተሰማኝ። ያለ ማቋረጥ ታገልኩ፣ አፌን በለቀቀው ቁጥር ደግሞ፣ እንዲለቀኝ ተማፀንኩ።

“ዝም በይ! ወደሽ አይደል እንዴ እዚህ የመጣሽው?” አለኝ።

“ወደሽ? ወደሽ ማለት ምንድነው? በምን አንድምታ ይሆን፣ እንዲህ አይነት ወራዳ ቦታ ወዳ ትመጣለች ብሎ ያሰበው? ወደሽ? “ወረቀትሽን ማግኘት ከፈለግሽ እዚህ ቦታ እንድትመጭ።” ያለውን እንዴት እረሳው? “ካልመጣሽ እንኩዋን እውጭ አገር መሄድ እዚህ አገር መኖር እንዳትችይ ነው የማረግሽ።” ያለውንስ? ወደሽ ነው የመጣሽው? ይሄማ አይደረግም። ከሱ ጋር እዚህ መገኘቴ ሲገርምኝ ሌላ ስድብ ይጨምርልኛል? ወድጄማ ካንተ ጋር አልከሰከስም። ወረቀቱም ቢሆን ይቅር። እናቴና እህቶቼ እንደሚኖሩት ኖሬ፣ እንደሚሞቱት እሞታለሁ።

ሀሳቤን እንዲያ ከቆረጥኩ በኋላ፣ የማምለጫ ዘዴዬን ወደማሰላሰል ተመለስኩ። ወዲያውኑ አንድ ሀሳብ መጣልኝ። ሊስመኝ ከንፈሩን ሲያስጠጋ የሞት ሞቴን ነክሼው ላመልጥ ወሰንኩ። ያልኩት አልቀረም፤ ከንፈሩን ወደኔ ሲያሾል የሞት ሞቴን ተጠግቼ የታች ከንፈሩን እስኪደማ ድረስ ነከስኩት። እሱ እኔ ሳላስበው መአት እንዳወረደብኝ፣ እኔም ያቅሜን ከፍየው፣ ከከንፈሩ የሚንጠባጠበውን ደም ገና ሳያይ እግሬ አውጭኝ አልኩ።

ከኋላዬ ደርሶ ይይዘኛል በሚል ፍራቻ፣ ቤቴ እስክደርስ ድረስ ለደቂቃ እንኳን ሩጫዬን አላቋረጥኩም። ቤት ደረስኩና የግቢውን በር ከፍቼ ገባሁ። ቤቴ ገብቶ እንደማይነካኝ ካረጋገጥኩ በኋላ ነው፣ የቀሚሴን መተርተር ያስተዋልኩት። እኔ ለማምለጥ ስጥር እሱ ሊያስቀረኝ ሲጎትት በመሀል ልብሴ ከላዩ ላይ ተተርትሮ ኖሯል። እንዲያም ሆኖ፣ ባንድ ወገን እራቁቴን ሆኜ ነበር ቤቴ የደረስኩት።

እማዬ እንዳታየኝ እና እንዳትደነግጥ በጓዳ በኩል ገብቼ ተደበቅሁ። ከጠየቀች እራሴን አሞኝ መተኛቴን እንዲነግሯት እህቶቼን አስጠንቅቄ ከመኝታ ክፍሌ ተሸሸግሁ።

ያን ቀን አፌን ብጉመጠመጠው፣ ፊቴን አስር ጊዜ ብታጠበው፣ ጥርሴን እስኪደማ ድረስ ብፍቀው፣ ገላዬን ደጋግሜ ብታጠበው፣ አልጠራ አለኝ። የቆሸሸው ቆዳዬ ሳይሆን አእምሮዬ ነበርና፣ ስታጠብ ብውል ሊፀዳልኝ አልቻለም።

ሳምንት ከአልጋዬ አልወረድኩም። ሳለቅስ ውዬ ሳለቅስ አመሻለሁ። የሆነውን ነገር በአእምሮዬ እያሰላሰልኩ እራሴን ሰላም ነሳሁት። በዚያም ላይ፣ እናቴ አይታኝ፣ "ምን ሆነሽ ነው?" ብላ እንዳትጠይቀኝ ስለፈራሁ፣ ልክ እሷ ከስራ ወደ ቤት ስትገባ ተሸፋፍኜ እተኛለሁ። ምን ማድረግ እንዳለብኝ በፍፁም አላውቅም ነበር። ለናቴ ነግሬ ተስፋ ላስቆርጣት አልፈለግሁም፣ ችግሩን ለብቻዬ መሸከም ደግሞ አልቻልኩም። ለሌሎች መናገሩንም አልወደድኩትም፣ "ወዳ ነው የሄደችው።" የሚል ፍርድ የሚያስተላልፉብኝ መሰለኝ። ቀላሉ መንገድ እራሴን ማጥፋት እንደሆነ አመንኩ። "በቃ ግልግል ነው። አንድ እዚህ ግቢ የማልባል ሰው፣ መኖሬና መሞቴ ምን ለውጥ ያመጣል? እንደውም እረፍት ነው።" የሚል ሀሳብ በአእምሮዬ ተመላለሰ። ከጥቂት ደቂቃዎች በኋላ ግን፣ ሞት መፍትሄ እንዳልሆነ ተገነዘብኩ። እናቴን አሰብኳትና ውስጤ ተናወጠ። እራሴን አጥፍቼ ሀዘን ከሚጎዳት አብሬአት በድህነት ብኖር ይሻላል። ይህ የደረሰብኝ ውርደት ግን፣ የኔው ሚስጥር ሆኖ ይኖራል እንጂ ማንም አይሰማውም፣ ለማንም አልናገረውም ብዬ ወሰንኩ። እማዬ ደግሞ በገባች በወጣች ቁጥር መጠየቋ አይቀር! ምን ብዬ እመልስላታለሁ?

ከሳምንት በኃላ የእናቴ ታናሽ እህት ልትጠይቀን መጣች። ሁልጊዜም እሷ ስትመጣ ደስተኞች ነን። ምክንያቱም አባቴ ከሞተ ጀምሮ አዲስ ነገር የምናየው እሷና ሌሎች አክስቶቻችን ሲመጡ ነው። ከረሜላ ይዘው ይመጣሉ። ስጋ እንኳን ጠግበን የምንበላው፣ እነሱ ይዘውልን የመጡ ጊዜ ብቻ ነበር። አባቴ ከሞተ በኋላ፣ አክስቶቼ፣ እናቴን በብዙ መንገድ እንደሚረድዋት አውቃለሁ። እርዳታቸው ግን ከዚያም ያለፈ ነበር። ትምህርት ቤት ሲከፈት ከሌሎች ተማሪዎች እንዳናንስ እያሉ፣ አዲስ ልብስና ጫማ፤ አዲስ ደብተርና ሌሎችም ለትምህርት ቤት የሚያስፈልጉ ቆሳቁሶች ገዝተው ያከፈፍሉናል። የዚያን ቀን፣ አክስቴ ውጭ አገር ሄጄ የመማር እድል እንደገጠመኝ ሰምታ በደስታ አሸብርቃና ውጭ አገር ስሄድ የምለብሰው ያማረ ልብስ ገዝታልኝ ነበር፤ የመጣችው። ወይ አለማወቋ!

በወሬ መካከል "ጉዳይሽ እምን ደረሰ?" ብላ ጠየቀችኝ። "ጎሽ እስቲ ጠይቂልኝ ምናልባት ላንቺ መልስ ትሰጥሽ ይሆናል፤ ለኔ በየቀኑ ገና መሆኑን ነው የምትነግረኝ።" አለች እማዬ፤ እድሉ ሳያመልጠኝ አክስቴ እንድትመክረኝ በሚማፀን የስሞታ ድምፅ።

"ምኑ ነው ገና?" አለች አክስቴ ወደኔ አፍጥጣ እያየች። "ሁሉም ነገር ገና ነው እኮ! ምኑም አልተጀመረም።" አልኩ፤ ሚስጥሬን ሊያውቁብኝ ነው፤ በሚል ስጋት።

"ባለፈው ሳምንት ቀበሌ ሄዳ ነበር። እዛ ነው አሉ ሁሉ ነገር የሚጀመረው። ከዚያ ሌላ የሰማሁት ነገር የለም።" አለች እማዬ፤ አሁንም ላለመቆጣት እየሞከረች። "ምን በወጣት እሷ! እኔ ልጬነቅ እንጂ! ተጋድማ ነው አሉ የምትውል። ለኔ 'ገና ነው' ትለኛለች፤ ዋ ይሄ እድል ያመልጥና! እኔ እንደሁ

የለሁበትም። ይሄ ተኝቶ መዋል፣ ኋላ ኑሮ አይሆንም።” አለች፤ ከቅድሙ ይልቅ ጠንከር ባለ አነጋገር።

አክስቴ ትንሽ ግራ ስለተጋባች “ጊዜ ይፈጃል እኮ፤ እንዲህ አይነት ጉዳይ ባንድ ሳምንት አያልቅ! ታገሺ እንጂ!” አለቻት፤ ነገሩን ላለማባባስ ብላ። እኔም አክስቴም የተናገርነው ያልጣማት እማዬ እንደምትመለስ ነገረችንና ከቤት ወጣች።

የእማዬ እግር ወጣ ሲል ጠብቃ፣ “ምንድነው ጉዳዩ? ምን እያደረግሽ ነው? የምን ተኝቶ መዋል ነው! ስንት ስራ እንደሚጠብቅሽ ታውቂያለሽ? እናትሽ ስንት ለፍታ እዚህ እንዳደረሰችሽ ታውቂ የለም! የምን ወደ ኋላ ማፈግፈግ ነው! ጎበዝ ተማሪ ነሽ፤ እግዚአብሄር እረድቶሽ እዚህ ደርሰሻል፤ አሁንም በርትተሽ መጨረስ ነው እንጂ፣ የምን መተኛት ነው!” እያለች የቁጣና የጥያቄ ናዳ አወረደችብኝ። እኔም፣ እማዬ ጠርታ እንዳመጣቻት ገባኝ።

አክስቴን ዝም ብዬ ሰማኋት። መልስ መስጠቱ ይጠቅማል ብዬ አላሰብኩም ነበርና ዝምታን መረጥኩ። አክስቴ ግን በጣም ተናደደች። “ከመቼ ጀምሮ ነው እንዲህ አይነት አመል ያመጣሽው? መልስ አትሰጭም እንዴ? ፈረንጅ አገር ገና አልሄድሽም እኮ! አጣጋሻለሁ!” ብላ ጮኸችብኝ።

ከዚህ በምንም እንደማላመልጥ ስለተረዳሁ፣ ምንም ሳልደብቅ የደረሰብኝን በሙሉ ላክስቴ ነገርኳት። የነበረኝ ጉልበት አሁንም ማልቀስ ብቻ ስለነበር ስቅስቅ ብዬ አለቀስኩ። አክስቴም አብራኝ አለቀሰች። ቤቱ ለጥቂት ደቂቃዎች በሀዘንና በዝምታ ተዋጠ። “ወይ ፈተና”፣ አለች፤ አክስቴ በረጅሙ ተንፍሳ። “ህይወት በዚህ ተሳካ ብለን ስናስብ በዚያኛው ይጎድላል፤ የሚሸፈነው ቀዳዳ ብዛቱ…። ይሄን ደግሞ በፍፁም አልጠበቅሁም ነበር። ግን ለሁሉም መላ

አለው፤ በይ ተነሽና ልብስሽን ልበሽ፤ ቀበሌ እንሄዳለን።” አለች። “ቀበሌ” የሚለውን ቃል ስሰማ ውስጤን ዘ[illegible]ው። ያ ከሳምንት በፊት የተሰማኝ የአእምሮ መቆሸሽ ሀይሉን ጨምሮ ከተፍ አለ። “አክስቴ፣ በናትሽ አንቺ ሂጂና ለምኝው፤ እኔ እንደገና የሱን ፊት ከማይ ብሞት ይሻለኛል።” አልኩዋት።

“የኛ ቀበጥ! እስከዚህም ተጠግቦልኛላ! ተነሽ! ‘ብሞት ይሻለኛል’ የሚሉት ወሬ ደግሞ ከየት የመጣ ነው? ለምን እሱ እዛው ፍግም አይልም፤ ከፈለገ። በይ ተነሽ! ሞት የሰነፍ ስራ ነው፤ ሞት ሰነፍ በቀላሉ የሚያመልጥበት ቀዳዳ ነው። አንቺ ለናትሽ፣ ለእህቶችሽ፣ ለኛ ለቤተሰቦችሽ ከዚያም አልፈሽ ለሀገርሽ አለኝታ ትሆኛለሽ እያልን ስንመካ እንዲህ በቀላሉ ልታመልጭ ታስቢያለሽ? ያማ አይደረግም። ተነሺ እኮ ነው የምልሽ! ተነሺ ችግርሽን ፊት ለፊት ተጋፈጪ። እንቅፋት ባጋጠመሽ ቁጥር ልሙት ካልሽማ እንኳን ላገርና ለወገን ለራስሽም አትሆኝ! ተነሽ ብያለሁ ተነሽ!” ብላ ልትመታኝ እንደፈለገች ሁሉ እግሮቿን አንፈራጣ ከፊቴ ቆመች።

ምርጫ አልነበረኝምና፣ የግዴን ተነስቼ፣ ልብሴን ለብሼ ተከተልኩዋት። ቀበሌ በር ላይ ስንደርስ ግን ያችን በር አልፎ ወደውስጥ መግባት ሞት መስሎ ታዬኝ። የወጣት ማህበሩ ሊቀመንበር የዛተብኝ ዛቻ በሙሉ ትዝ አለኝ። ገላዬን የነካውን ያንን ሻካራ እጁን ሳስታውስ ከመዘግነን አልፎ አቅለሸለሸኝ። አክስቴ የፊቴን መለዋወጥ ስታይ፣ “ነግሬሻለሁ፣ ትገቢ እንደሁ ግቢ!”፣ ብላ፣ ተኮሳተረች።

የደረሰብኝን በደል ስታውቅ፣ አክስቴ ከጎኔ ቆማ “አይዞሽ! ትለኛለች።” የሚል ትልቅ ተስፋ ነበረኝ። “ኧረ የታባቱ! ቆይ፣ ሄጄ ልክ አገባዋለሁ።” የምትልም መስሎኝ ነበር። እሷ ግን መልሳ እኔን ማጋፈጡን መረጠች።

የቀበሌውን በር አልፈን ወደ ውስጥ ስንገባ፣ መጀመሪያ ያገኘነው፣ ፊታቸው የደግነት አምሳል የሆነውን የቀበሌውን ሊቀመንበር ነበር። "እንዴት ዋላችሁ" ብለው ሊያልፉን ሲሉ፣ አክስቴ ፈጠን ብላ "እንደው አንድ ጉዳይ ገጥሞን፣ ልናዋይዎት ነበር።" ብላ አቆመቻቸው።

እሳቸውም፣ "ምን ችግር አለው ታዲያ!" ብለው ወደ ቢሮዋቸው ይዘውን ገቡ፤ ፊታቸው ብቻ ሳይሆን ድምፃቸውም ደግነትን ተላብሷል። ገና ገብተን ቁጭ እንዳልን፣ አክስቴ መናገር ከመጀመርዋ በፊት፣ "አንቺ የአማረ ልጅ አይደለሽም እንዴ?" አሉኝ። ባለፈው ሳምንት ሳገኛቸው እንዳሉኝ ሁሉ። እኔ መልስ መስጠት አቅቶኝ ከእንባዬ ጋር ስሟገት አክስቴ "አዎ ነች፤ ወደርሶ የመጣነውም ለሷው ጉዳይ ብለን ነው። ባለፈው ሳምንት ከዚህ መጥታ፣ ምን ማድረግ እንደነበረባት፣ እርሶ አስረድተዋት ነበር።" አለቻቸው።

"በመጀመሪያ የወጣቶች ማህበር ተጠሪ ጋ ሂጅ ብያት ነበር እኮ፤ አልሄድሽም እንዴ?" ብለው ጠየቁ፤ ፊታቸውን ወደኔ አዙረው። መልስ ለመስጠት ከንፈሮቼ ቢላቀቁም፣ ያ አመፀኛ የፈፀመባቸው ወንጀል ታወሳቸውና፣ ቃላት ለማውጣት አሻፈረኝ አሉ። ሲቃ እንደያዘኝ የተረዳችው አክስቴ "ሄዳ ነበር፣ እሱው እኮ ነው ችግሩ። የማህበሩ ተጠሪ በጭራሽ ሊተባበራት አልፈለገም።" አለች አክስቴ።

"እንዴት! ለምን? ምን ሆንኩ ብሎ?" ብለው ጠየቁ፣ አንዴ እኔን፣ አንዴ ደግሞ አክስቴን እየተመለከቱ። እኔን መላልሰው ቢመለከቱም፣ መልስ ሳልሰጣቸው ቀረሁ። በመጨረሻም፣ መልስ እንደማያገኙ ስላወቁ ነው መሰለኝ፣ "ቆይ ልጥራውና ልጠይቀው።" ብለው፣ ተነሱና ወጡ።

ከጥቂት ደቂቃዎች በኋላ ያንን ወንጀለኛ አስከትለው ከተፍ አሉ። ውስጠ እስካሁን ይታገል የነበረው ማቅለሽለሽ አላበችል ብሎት ተገልብጦ ወጣ። የቀበሌያችን ሊቀመንበር ሲያስመልሰኝ ሲያዩ ደነገጡ "ምነው ልጄን አመመሽ?" አሉ። የወጣት ማህበሩ ሊቀመንበር እኔንና አክስቴን ሲያይ በተራው ደነገጠ።

አክስቴና ሊቀመንበሩ ፊታቸውን ወደኔ አዙረው "አይዞሽ! አይዞሽ!" ይሉ ስለነበር፤ አጋጣሚው በር የከፈተለት መስሎት "ሌላ ጊዜ ተመልሼ ልምጣ እንዴ? ጓድ ሊቀመንበር።" ብሎ ጠየቀ። "የለም ጉዳዩ አሁን ማለቅ አለበትና ግባ።" ብለው አስገቡት። በተራው እሱም እየቀፈፈው ገብቶ ተቀመጠ "ይችን የአቶ አማረን ልጅ ታውቃት የለም? በቀደም የትብብር ወረቀት እንድትጠይቅ ወዳንተ ልኬያት ነበር ከምን አደረስክላት?" ብለው ጠየቁት። የቀበሌው ሊቀመንበር እሱጋ ሂጂ እንዳሉኝ አያውቅም ነበርና ፊቱ ባንዴ አመድ መሰለ። በተራው የሱ አፍ ተሳሰረ።

"ችግር አለ የኔ ልጅ? ችግር ካለ ንገረን እና ያው በፍርድ ሸንጎ ይወሰናል። ችግር ከሌለ ደግሞ ወረቀቱን ባስቸኩዋይ ሙላላት፤ መቼም ይህ ታላቅ እድል ነውና አደራ እንዳያመልጣት ተምራ ለእናትዋ እና ለእህቶችዋ አለኝታ ትሆናለች" አሉት በማስተዛዘን ድምፅ ። "ደግሞም ጎበዝ ልጅ ናት፤ አንተም ልትኮራባት ይገባል። ቀኖቹ እንዳያልፉባት ተባበራት፤ አደራ የኔ ልጅ።" አሉት፤ ልመናና ትእዛዝ በተቀላቀለበት ድምፅ።

"ምንም ችግር የለም። መጀመሪያም እኮ እርሶ እንደላኳት ብትናገር ኖሮ ያልቅላት ነበር። ዛሬ ከሰአት ብትመጣ ወረቀቱን አደርስላታለሁ።" ብሎ፤ ከወገቡ ጎንበስ ብሎ ሰላምታ ሰጥቶ

ወጣ። አይኔ ያያውን ማመን፣ ጆሮዬ የሰማውን ማስተናገድ አቃታቸው። "ግን እንደሚሰጠኝ በቀበሌው ለቀ መንበር ፊት ተናግሯል። ከሰአት ከአክስቴ ጋር እመለሳለሁ። ካሁን በኋላ እዚች ቀበሌ ብቻዬን ብሞት አልመጣም።" እያልኩ ከራሴ ጋር ስነጋገር፣ ሊቀመንበሩ፣

"እሱ ወረቀቱን ከሰጠሽ በኋላ፣ ከሴቶች ማህበር ያለውን ጉዳይ፣ እነሱጋ ሄደሽ ጨርሺ። ሁሉንም ከያዝሽ በኋላ እኔጋ ነይ። የኔ ችግር የለውም፤ አሳምሬ እፅፍልሻለሁ።" አሉኝ። "አይዞሽ የኔ ጎበዝ፣ በርቺ የኔ አንበሳ።" ብለው አበረታተው አሰናበቱኝ። አክስቴ ወደ ኋላ ቀረት ብላ፣ "ለሴቶች ማህበር የምናነጋግረው ማንን ነው?" ብላ ጠየቀች። ሊቀመንበሩ የጠሩትን ስም ባልሰማም አክስቴ ፊትዋ ሲለዋወጥ አየሁት። ከቤት ሳንወጣ "አንድን ቀዳዳ ሲሞሉት ሌላው ይከፈታል።" ያለችው ትዝ አለኝ። እያየኋት እንደሆነ ስታውቅ፣ ፈገግ አለችና ወደኔ መንገዷን ቀጠለች።

ምን እንደተፈጠረ ለማወቅ ጓጉቼ ምን አሉሽ ብዬ ጠየቅሁ?

"ምንም አላሉ፤ ከሰአት በኋላ መጥተሽ ወረቀቱን ተቀበይ፤ ከዛ ደግሞ፣ እንደ አሁኑ፣ ቸሩ መድህኒአለም ሌላውንም በር ይከፍታል።" አለች።

እቆምኩበት ቦታ ክው ብዬ ቀረሁ። "ከሰአት መጥተሽ? እኔ ብቻዬን? አብረሽኝ አትመጭም?" እንደገና ያቅለሸልሸኝ ጀመር።

"አትቅበጪ የኔ እናት፣ ከዚህ በኋላ ምንም ሊያደርግሽ አይችልም። ሄደሽ ወረቀትሽን ተቀበይ፤ እኔ ብዙ ስራ አለኝ፤ አንቺን ተከትዬ ስንከራተት አልውልም። 'ፈረስ፣ ያደርሳል እንጂ አይዋጋም' ሲባል አልሰማሽም። አትቅበጭ!!" ብላኝ

መንገዷን ጀመረች። ያለወትሮዋ አክስቴ ለምን ክፉ እንደሆነች ባይገባኝም፣ እንባዬን ጠራርጌ /ኩ/ ልኳት።

ከሰአት በኋላ በተባልኩት ሰአት የወጣቶች ማህበር ፅህፈት ቤት ሄድኩ። በሩ ገርበብ ብሏል። የሞት ሞቴን አንኳኳሁ። "ይግቡ!" አለ ያ የተለመደው ጨካኝ ድምፅ። በሩን ከፈትኩና ወደ ውስጥ ሳልገባ ቆምኩ።

"ኦ ልእልቲቱ ነዎት፣ የመጡት?" አለኝ፤ እያፌዘ።

"መግባት አያስፈልገኝም፤ ቃል በገባኸው መሰረት ወረቀቱን ስጠኝና ልሂድ። ሊቀመንበሩ ወረቀቱን ሲሰጥሽ ይዘሽ እኔ ጋር ነይ ብለውኛል። እየጠበቁኝ ስለሆነ ቶሎ ስጠኝና ልሂድበት።" አልኩ። ውሸቱን ከየት እንዳመጣሁት ባላውቅም፣ ማፌዙን አቁሞ ትክ ብሎ እንዲያየኝ ስላደረግኩት ደስ አለኝን፣ "አገኘሁህ አይደል!" አልኩ፣ በልቤ።

"አሁን እየጠበቁሽ ነው?" አለ፤ መደንገጡ ከፊቱ እየተነበበ። "አዎ፣ ይዘሽ ነይ ብለውኛል።" አልኩ፤ ደግሜ ደጋግሜ መዋሸቴ እኔንም አስደንግጦኝ።

ከአንድ መሳቢያ ውስጥ የታሸገ ፖስታ አወጣና ጠረጴዛው ላይ ወረወረው። "ወረቀቱን ከፈለግሽ ግቢና ውሰጂ! ያንቺ ተላላኪ የለም።" አለኝ። እግሮቼ እየተንቀጠቀጡ ወደ ውስጥ ገባሁ። ፖስታውን ለማንሳት እጄን ወደ ጠረጴዛው ስልክ ሳላስበው ሁለቱንም እጆቼን ጥርቅም አርጎ ያዛቸው። "አልበረደልሽም! ይሄ ጥጋብና ሰው መናቅሽ። እኔ ማንንም አልፈራም ሄደሽ ለማንም ብታቃጥሪ ጉዳዬ አይደለም። ግን የበቀደሙን ነገር ለአንድ ሰው ትናገሪና፣ እገልሻለሁ፤ ቀልዴን እንዳይመስሽ!" አለኝ። "ውጭ አገር የምትባል ነገር ሳታይ አስክሬንሽን ነው የማስጎትተው። ፀባይ ብትገዥና በሰላም ከዚህ አገር ብትወጪ ነው የሚያዋጣሽ።" ብሎ ዛተብኝ።

መዘግነኑን እና ማቅለሸለሹን ተቋቁሜ እጄን መነጨኩና በሩጫ ወደ ቤቴ ሄድኩ። እማዬ ከኔ ትንሽ ቀድማ እቤት ገብታ ስለነበር፣ ወረቀቱን እንደሰጠኝና ነገ ደግሞ የሴቶች ማህበር መሄድ እንዳለብኝ በደስታ ነገርኩዋት። "እሰይ! እሰይ! ጎበዝ!" ብትለኝም የእማዬ ፊት የጠበቅኩትን ያህል ደስታ አይታይበትም ነበርና፣ ቅር አለኝ። እኔ እቤት ስገባ አክስቴ እና እሷ አፍ ለአፍ ገጥመው ሲያወሩ ነበር። ስለዚህ አክስቴ አንድ ደስ የማይል ነገር እንደነገረቻት ገባኝ። ነገሩን ለመቀየር ወደ አክስቴ ዞር ብዬ፣ "ነገ አብረሽኝ ትሄጅ የል?" አልኳት።

አክስቴ ተከዝ ብላ፣ "እኔ አሁን ወደ ቤቴ መሄዴ ነው። ነገ፣ እናትሽ አብራሽ ትሄዳለች።" አለችኝ። ትንሽ ደነገጥኩ። እማዬ ከስራ መቅረት በፍፁም አትወድም፤ ጭንቅ ካልሆነባት በስተቀር በምንም ተአምር ከስራዋ አትቀርም። "ከስራ ቀርታ ነው ወይስ ከስራ ስትወጣ?" ብዬ ጠየቅሁ፤ መልስ የሰጠኝ ግን አልነበረም። ለነገሩ፣ እኔም መልስ አልጠበቅሁም።

አንድ ትልቅ ሸክም ከትከሻዬ ላይ ስለወረደ በጣም ተደስቼ ሰሞኑን ያልተኛሁት ሁሉ ተደራርቦ ነው መሰለኝ፣ ድብን አድርጎ እንቅልፍ ወሰደኝ። ሲነጋ፣ እማዬ ወደ ሴቶች ማህበር ይዛኝ ስለምትሄድ፣ የነገው ውሎዬ ምንም አላሳሰበኝም። ከዛ የምሄደው የቀበሌው ሊቀመንበር ጋ ነው። እሳቸው ደግሞ ቃላቸውን የሚያከብሩ ደግ ሰው ናቸው። "ታድዬ!" አልኩ፤ ሳላስበው። ያን ቀፋፊ ሰውዬ ደግሜ ማየት የለብኝም። የቀበሌ ጉዳዬን ከጨረስኩማ የት ያገኘኛል። ውልቅ ብዬ ከዚህ አገር መሄድ ነው። እንዲህ አይነቱን መልካም ሀሳብ እያውጠነጠንኩ ሰውነቴን በደስታ አደነዘዝኩት። ስለነገና ነገ ሊያመጣው ስለሚችለው ችግር ምንም አይነት ግንዛቤ አልነበረኝም። ነገ ሌላ ቀን ነው።

የሚቀጥለው ቀን በጣም በጠዋት እማዬ ቀሰቀሰችኝ። “ተነሽ የኢ.ኢ.ሲ.ማ.ዋ ሊተመንበር]ቤቷ ባትወጣ እንድነርስባት። ቶሎ ልብስሽን ልበሺ!” አለችኝ። እማዬ፣ በአባቴ ሞት ምክንያት፣ ሁልጊዜ ሀዘን ቢያጠቃትም፣ ከድሮው የበለጠ አዝናና ተክዛ አየኋት። ፊቷ ተከፍቷል፣ ስታለቅስ እንዳደረች ያባበጡት አይኖችዋ ያሳብቃሉ። አሁንም ማልቀሷን አላቆመችም፣ ለብቻዋ እያለቀሰች፣ ለብቻዋ ታወራለች።

“ምን ሆንሽ?” ብዬ እንዳልጠይቃት ስለፈራሁ፣ ቶሎ ልብሴን ለብሼ እፊትዋ ቆምኩ። እማዬ በር ከፍታ ወጣች፣ እኔም ተከትያት ወጣሁ። “አንተ ታውቃለህ” ትላለች፣ አልፎ አልፎ ደግሞ እንባዋን ትጠርጋለች። አንዳንዴ የአባዬን ስም ትጠራና “እኔን ለዚህ ሁሉ ጉድ አጋፍጠኸኝ፣ አንተ በጊዜ ተገላገልክ።” ትላለች። መለስ ትልና ደግሞ፣ “ፋጣሪዬ አንተ ታውቃለህ፣ የሙት ልጅ ነች፣ ‘እሷ ደርሳልኝ’ እያልኩ ስንቱን እንደተሸከምኩ ታውቃለህ” እያለች አምልኳን ትማፀናለች፣ እንባዋን በነጠላዋ ጫፍ እየጠረገች።

“እማዬ ምን ሆነሻል?” ስላት፣ መልስ አትሰጠኝም። ብቻ ዞር ብላ ታየኝና እያየኋት እንደሆነ ስታውቅ ፊትዋን ታዞራለች። ሊቀ መንበሯ ቤት እንደምንሄድ ብትነግረኝም፣ በደንብ አላጤንኩትም ነበር። አሁን ግን፣ ጀማል ሱቅ ጋ ወደ ቀኝ እጥፍ ስንል የት እንደምንሄድ ስለገባኝ ወሽመጤ ቁርጥ አለ። ለእማዬም ለእራሴም አዘንኩ፣ የህይወታችን ፈተና መብዛቱም በጣም አሳዘነኝ። እማዬ ለምን ስታለቅስ እንዳደረች ገባኝና ዞር ብዬ አየኋት። “በቃ ቸሩ መድሀኒአለም ያውቃል፣ አንቺ ዝም በይ።” አለችኝ። አብሬአት አለቅስ ጀመር።

“እማዬ፣ በቃ ተይው ይቅር፣ እንመለስ።” አልኳት።

“ዝም በይ! ሞጥሟጣ፤ እንዲህ በቀላሉ ተስፋ እየቆረጥሽ እንዴት ልትኖሪ ነው? ህይወት በአብዛኛው ትግል ነው። ትግሎ ማሸነፍ ደግሞ ያንቺ ተራ ነው። የምን ተይው ነው! የምን በቃ ነው! አባትሽ ከሞተ ጀምሮ ብቻዬን የምታገለው ለኔ ለአንድ ነፍሴ መስሎሻል? ለናንተ የተሻለ ህይወት ለማሳየት እና ጥንካሬን ለማስተማር ብዬ እንጂ። እንደሌሎች ጓደኞቼ መሆን አቅቶኝ አይደለም። ይልቅስ ከዚህ ብርታትን ተማሪ። ተፈትኖ ማለፍን ተማሪ። እድሜ ልክሽን ያልተሸለቀቀ በቆሎ ሆነሽ ልትኖሪ አትችይም። ህይወትን ያለኔ እና ያላክስቶችሽ ድጋፍ መጋፈጥ ይኖርብሻል። ስለዚህ ሌላው ቢቀር ከድካሜና ከትግሌ ተማሪ። እኔ አንድ ነገር ብሆን ለእህቶችሽ አለኝታ ትሆኛለሽ ብዬ ስመካብሽ፣ ‘ተይው በቃ’ ትይኛለሽ!” ብላ ተቆጣች።

ዝም ብዬ ተከተልኩዋት። በመጨረሻም፣ የሴቶች ማህበር ሊቀመንበር የሆኑት ሴት ቤት ደረስን። እማዬ ይህችን ሴት አትወዳትም። “አባትሽን ከቤቱ ጠርታ አስወጥታ ያስገደለችው እሷ ናት።” ብላ ነግራናለች። የሚገርመው ድሮ በጣም ጓደኛሞች ነበሩ አሉ። እኔ ጓደኝነታቸው ብዙም ትዝ አይለኝም፤ ግን ከፍቅራቸው ብዛት የተነሳ አበልጅም ነበሩ።

አሁን ግን እማዬ፣ የዚች ሴትዮ ስም ሲነሳ እንኳን ያማታል፤ ስታያት ሰውነትዋ ይንቀጠቀጣል፤ የሰፈር ለቅሶ ሲኖር፣ እሷ አለመኖርዋን አረጋግጣ ነው የምትሄደው። እማዬ የማትናገራቸው በጣም ብዙ ነገሮች አሉ። “ሆድ ይፍጀው! ቢያወሩት ምን ይጠቅማል?” ትላለች። ለዚች ሴት ያላትን ጥላቻ ግን ደብቃ አታውቅም። አሁን በኔ የተነሳ በርዋን ልታንኳኳ ነው። “እባክሽ ልጄን እርጅልኝ።” ብላ ልትለምናት ነው። እማዬ ሁሉን ነገር ትታ ወደቤት

እንድንመለስ ልለምናት ሳስብ፣ እሷ ቀድማ "አንተ ታውቃለህ፣ የከፈትከውን ገርር የምትዘጋው፣ አንተ ታውቃለህ፣ ሁሉን ላንተ ሰጥቻለሁ።" አለች።

ሴትዮዋ ቤት ደረስን፤ በሯን ግን አላንኳኳንም። እኔ ዝም ብዬ ቆሜ እማዬን ማዳመጥ ጀመርኩ። እናቴ አንዴ ስትፀልይ፣ አንዴ ለታቦቱ ሁሉ ስትሳል በዝምታ ሳያት ቆየሁ። ድንገት የግቢው በር ተከፈተ። እማዬም ከየት መጣች ሳትባል ተንደርድራ የአ.ኢ.ሴ.ማ.ዋ ተመራጭ እግር ላይ ወደቀች። "ወልደሻል፤ በልጆችሽ ተማፀኝኝ!" ብላ ሁለት እግርዋን ግጥም አርጋ ይዛ ታለቅስ ጀመር። እናቴ በኔ ምክንያት እራሷን ማዋረዷ ከነከነኝ። ሆኖም፣ ማድረግ የምችለው ነገር አልነበረምና፣ አሁንም በዝምታ መመልከቴን ቀጠልኩ። እናቴ የታቦት መአት ትደረድር ጀመር። ተበድላ እንደበዳይ ሁሉ "ይቅር በይኝ" ስትልም ሰማኋት። "የሙት ልጅ ናትና እባክሽ አትጨክኚባት።" የሚለውም የእናቴ ልመና ጆሮዬ ጥልቅ አለ። ይሄ ሁሉ ሲሆን፣ ሴትዮዋ ከአሁን አሁን እናቴን ከወደቀችበት ታነሳትና፣ "አይዞሽ፣ የምትፈልጊውን ንገሪኝና አቅሜ የሚችለው ከሆነ እፈፅምልሻለሁ።" ትላታለች ብዬ ጠበቅሁ። ሴትዮዋ ግን ምንም መልስ አልሰጠችም፤ ዝቅ ብላም እናቴን አላነሳቻትም። የእናቴ ልመና ግን ቀጠለ። "ተነሽ፣ ይበቃሻል።" የሚል ድምፅ ናፈቀኝ። በፋንታው ግን፣ ሴትዮዋ የደስታና የበቀል ፈገግታ ስትፈግ አየኋት።

ተንደርድሬ ሄጄ እናቴን ከወደቀችበት አነሳኋት፣ አቧራዋንም አራገፍኩላት እና፣ "እማዬ፣ እባክሽ ተይው፣ ውጭ አገር መሄድ የለብኝም፤ እዚሁ አገር ዩንቨርስቲ እገባለሁ። እንደዚህ ሰው እግር ላይ ወድቀሽ መለመን የለብሽም። እዚህ አገር አይኖርም ያለው ማነው! ነይ ወደ

ቤታችን እንሂድ።" እያልኩ እጎትታት ጀመር። እማዬ ግን እንደገና የሴትየዋ እግር ላይ ወደቀች። የማገርመው የሰፈሩ ሰው በሙሉ ተሰብስቦ ወጥቶ ያይ ጀመር። ሊገላግል የተጠጋ ሰው ግን አልነበረም። መገላገል ይቅርና፣ ግርግሩ ምን እንደሆነ የጠየቀ እንኳን አልነበረም። ብቻ፣ የአ.ኢ.ሴ.ማ.ዋ ሊቀመንበር በበላይነት ስትስቅ፣ እናቴ እግርዋ ላይ ወድቃ ስትማፀን እያዩ ሁሉም ዝም አሉ። እኔም፣ ግራ ገባኝና ማልቀስ ጀመርኩ። "እማዬ፣ እባክሽ ተነሽ፣ እባክሽ ልመናው ይብቃና ወደቤታችን እንሂድ።" እያልኩ አለቀስኩ። ሁላችንም እንደተፋጠጥን፣ የሆነ ሰው ለቀበሌው ሊቀ መንበር ነግሮዋቸው ኖሮ፣ ልብሳቸውን በደንብ እንኳን ሳይለብሱ ከተፍ አሉ።

"አረ በስማም! አረ ባማላጇቱ! ይሄ አይገባም፤ በሉ ይነሱ፤ ነውርም አይደል እንዴ!" ብለው፣ እናቴን ከመሬት አነሱልኝ። ከሰማይ የወረዱ መልአክ መስለው ታዩኝ። ወደ አ.ኢ.ሴ.ማ. ሊቀ መንበርዋ ዞር ብለው "ምነው ጓድ! እንዴት እንዲህ ይደረጋል! አብዮት የግል ቂም መወጫ አይደለም እኮ!" አሉዋት። መልስ አልሰጠችም። ሊቀ መንበሩ፣ ወደ እናቴ ዞር ብለው "በሉ ወደ ቤትዎ ይሂዱ። ግድ የለም፤ ይሄ ሁሉ ነገር አስፈላጊ አይደለም። ከሰአት በኋላ በስብሰባ ሰአት ቀበሌ ይመለሱ።" አሏት። ወደ ተሰበሰበው ጎረቤት ዞር ብለው፣ "በሉ፣ እንናንተም ወደቤታችሁ ግቡ። አሁን ይሄ የሚታይ ነገር ሆኖ ነው ተሰብስባችሁ የቆማችሁት! በሉ ግቡ።" ብለው መንገዳቸውን ጀመሩ፤ እኔና እማዬም ወደ ቤታችን ሄድን።

መንገዱን በሙሉ፣ እማዬ እያንዳንዱን ታቦት እየጠራች ትሳል ጀመር። "ኪዳነምህረት፣ መሬት ተኝቼ እያምሻለሁ፤ ገብርኤል፣ በእግሬ ሄጄ አነግሳለሁ።" እንደሰዉ "ጥላ እሰጣለሁ"፣ "ወርቅ አመጣለሁ" እንዳትል ገንዘብ የላትም።

ከመቸውም ጊዜ በላይ የእናቴ ሁኔታ አሳረረኝ። ይሄን ሁሉ ውርደት የመጣሁባት እኔ ስለሆንኩ፣ እንደበደልኳት ተሰማኝ። ብቻ ውጭ አገር ልሂድ እንጂ፣ ቶሎ ተምሬ፣ ቶሎ ስራ ይገኝ፣ እናቴን አሳልፍላታለሁ። የእናቴን ህይወት ካሁኑ የተሻለ ለማድረግ፣ እኔም ሆንኩ ሌሎች የበደሏትን ለመካስ፣ ለራሴ ቃል መግባት ጀመርኩ። ለመጀመሪያ ጊዜ፣ ሞት ወይም ውጭ አገር አለመሄድ መፍትሄ ይሆናል የሚለውን ሀሳብ ከአእምሮዬ አወጣሁና ተምሬ ለእናቴ እደርስላታለሁ በሚለው ሀሳቤ ፀናሁ።

ከሰአት በኃላ፣ በተቀጠርነው ሰአት፣ እኔና እናቴ ወደ ቀበሌ ሄድን። ብዙ ሰው አልነበረም። የቀበሌው ሊቀመንበር፣ ምክትል ሊቀመንበሩ፣ የኢ.ኢ..ሴ.ማ. ሊቀ መንበርዋ እና አንድ ሁለት የፍርድ ሸንጎውን የሚያካሂዱ ሰዎች ተቀምጠዋል። የቀበሌው ሊቀመንበር እናቴን "ግቢና ጉዳይሽን" ተናገሪ አሉዋት። እማዬ ለመናገር ብትቆምም ሲቃ እየተናነቃት፣ ከአፍዋ ቃላት ማውጣት ተሳናት። እንደምንም ታግላ "የሙት ልጅ ነች" አለችና፣ እኔን ዞራ ተመለከተችኝ። ተንደርድሬ ሄጄ አጠገብዋ ቆምኩ።

"ምን እንርዳዎት ታዲያ?" አሉ በስተቀኝ የተቀመጡት የፍርድ ሸንጎ ሰብሳቢ። ለእማዬ ፋታም አልሰጠኋትም "የአስራ ሁለተኛ ክፍል መልቀቂያ ፈተናዬን አልፌ ወደ ውጭ አገር የመሄድ እድል ገጥሞኛል። ሆኖም፣ ከቀበሌ አቋማት በሙሉ የድጋፍ ደብዳቤ ያስፈልገኛል። አንደኛውን ትናንት አግኝቻለሁ ሁለተኛውን ለማግኘት ዛሬ ጠዋት እኔና እማዬ የኢ.ኢ..ሴ.ማ.ዋ ሊቀመንበር ቤት ሄደን ነበር ግን አልተሳካልንም። ጠዋት በተፈጠረው ችግር የተነሳ የቀበሌው ሊቀመንበር ከዚህ እንድንመጣ ስለነገሩን ነው የመጣነው።"

አልኩ። እማዬ አፍዋን ያዘች፤ "ይሄንን የት ነው የ፣ግርሽው!" በሚል አስተያየት ታየኝ ጀመር። "አሁን ልጅነት አልፏል፤ ከዚህ በኋላ አንቺ በእኔ አትዋረጅም።" በሚል አስተያየት አፀፋውን መለስኩ። እንዲያም ሆኖ፣ ትናንትና ከጉድ ያወጡኝን የቀበሌ ሊቀ መንበር፣ ዛሬም እንዲረዱኝ ለመማፀን፣ ፊቴን ወደሳቸው አዞርኩ።

"ዛሬ ጠዋት ምን ተፈጠረ?" አሉ፤ የፍርድ ሸንጎው ሰብሳቢ። የኢ.ኢ.ሰ.ማ.ዋ ሊቀመንበር "እኔ ምንም የማውቀው ነገር የለም። አገር ሰላም ነው ብዬ ከቤቴ ልወጣ በር ስከፍት መጥታ እግሬ ላይ ወደቀች። ይሄው የሰፈሩ ሰው ሁሉ ይመሰክራል፤ ምንም የማውቀው ነገር የለም።" አለች እየሳቀች።

ሰብሳቢው ፊታቸውን ወደናቴ አዞሩ። "እውነት ነው።" ለማለት ያህል፣ እማዬ፣ አይንዋን በነጠላዋ እያደረቀች እንገትዋን ነቀነቀች። ሰብሳቢው ፊታቸውን ወደኔ መለሱ። "ትክክል ነው። በጠዋት ተነስተን ወደ ቤታቸው ሄደናል። እማዬም እግራቸው ላይ ወድቃለች። ግን፣ 'እባክሽ ይቅር በይኝ፣ በኔ ጥፋት ልጄን አትበድያት፤ ውጭ አገር ሄዳ የመማር እድል ስላገኘች፣ የድጋፍ ወረቀት ስጪት።" ብላለች አልኩ።

"ከዛ ምን ተፈጠረ?" አሉ ሰብሳቢው። "ምንም" አልኩ፤ የቅድሙ ንዴቴና ቁጭቴ ተመልሶ መጣ። "እማዬ መሬት ወድቃ ስትለምናቸው፣ እሳቸው ከመሳቅ በስተቀር የሰጧት መልስ አልነበርም። የሰፈር ሰው ተሰብስቦ ሲመለከት ነበር የቀበሌው ሊቀመንበር የመጡት። እሳቸውም እማዬን ከወደቀችበት አነሱና፣ እዚህ እንድንመጣ ነገሩን።" አልኩ። እማዬ፣ አሁንም እንባዋን በነጠላዋ ጫፍ ከመጥረግ በስተቀር ቃል አልተነፈሰችም።

ሰብሳቢው ወደ አ.ኢ.ሴ.ማ.ዋ ሊቀመንበር ዞር ብለው "የድጋፍ ወረቀተን ለመፃፍ ችግር አለ?" ብለው ጠየቁ። "ምንም ችግር የለም። በአግባቡ ብንጠየቅ እኮ በአግባቡ እንመልስ ነበር። ቢሮ መጥቶ የጠየቀኝ የለም እኔ እቤቴ ነይ ብዬ አልጋበዝኳት!" አለች አሁንም እየሳቀች። "እንግዲያው ወረቀቱን ይፃፉላት።" አሉ ሰብሳቢው። "እኔ እንደሷ አይደለሁም፤ በልጅ የሚጨክን አንጀት የለኝም።" አለችና ቦርሳዋን ከፍታ የታሸገ ፖስታ አወጣችና "ይሄው ፅፌዋለሁ" ብላ እጇን ዘረጋች።

የፍርድ ሸንጎው ሰብሳቢ፣ "ምን ትጠብቂያለሽ?" በሚል አስተያየት ተመለከቱኝ። ተንደርድሬ ሄጄ ወረቀቱን ተቀበልኩ፤ የእኔም ፊት እንደናቴ ሁሉ በእንባ ተሞላ። እማዬ፣ ጎንበስ ብላ መሬት ስትስም አየኋት። አከታትላም፣ "የኔ ኪዳነ ምህረት አታሳፍረኝም!" አለች።

የቀበሌው ሊቀመንበር እየሳቁ ወደኔ ቀረቡና "እኔንም ሸንጎ ሳታቆሚኝ ይሄውልሽ" ብለው ሌላ የታሸገ ወረቀት ሰጡኝ። ከደስታዬ ብዛት የተነሳ፣ ሳላስበው ተጠመጠምኩባቸው። እናቴ ወደ ጉልበታቸው ዝቅ ስትል ተሽቀዳድመው አነሷት። ሌላ ፖስታ ከኪሳቸው አውጥተው፣ "ይሄንን ከፍተኛ ስትሄጂ ለሊቀመንበሩ ስጭው።" አሉኝ። የደስታዬ ብዛት፣ እኔንም እንደ እናቴ ወደ ጉልበታቸው ዝቅ አሰኘኝ። አነሱኝና "ጎበዝ ልጅ ነሽ፤ በውነት ኮርቼብሻለሁ። ያ ደግ አባትሽ ይሄንን ሳያይ ሄደ፤ ምን ይደርጋል። ግን፣ ይቺ እናትሽ ላንቺ ብላ ነው ይሄንን ሁሉ መከራ ያየችው፤ ላንቺ ብላ ነው የሰው ፊት የገረፋት፤ ስለዚህ አደራ እንዳታሳፍሪያት። በይ አሁን ብር ብለሽ ከፍተኛ ሂጂ። እናትሽ አታስፈልግሽም፤ እኔ እሸኛታለሁ።" አሉ።

በታዘዝኩት መሰረት ፖስታዎቹን በሙሉ ሰብስቤ ወደ ዘፋተኛ በረርኩ። የከፍተኛው ሊቀመንበር በሮ ሰተት ብዬ ገብቼ፣ መጀመሪያ ለሱ ስጭው የተባልኩትን ፖስታ ከዛ ደግሞ ሌሎቹን ባንድነት አስረከብኩ። ፖስታውን ከፍተው ካዩ በኋላ ፈገግ ብለው አዩኝ ። "አንቺ ነሽ ወደ ውጭ የመሄድ እድል የገጠመሽ?" ብለው ጠየቁ። አዎ እኔ ነኝ አልኳቸው። "አንድ ፍሬ አይደለሽም እንዴ? ጎበዝ ተማሪ መሆን አለብሽ።" አሉኝ። ጎበዝ ስለተባልኩ ደስ አለኝ።

"ዛሬ ቀኑ ማነው፣ ማክሰኞ አይደል? ሀሙስ በዚህ ሰአት ተመለሺ፣ ተዘጋጅቶ ይጠብቅሻል።" አሉኝ በደስታ ፈነጠዝኩ። ያ የተስፋ ብርሀን ተመልሶ መጥቶ ፊቴን ሞላው። ውጭ አገር መሄዴ ነው ብዬ ተደሰትኩ። እቤት ስደርስ አክስቴ ውጭ አገር ስትሄጂ የምትለብሽው ብላ የሰጠችኝን ልብስ፣ ጫማውና የፀጉር ጌጡ ሳይቀር በየተራ ለካኋቸው። አክስቴ ይዛው የመጣች ለት፣ ያ ዘግናኝ ሰውዬ ተስፋዬን ስለሰረቀብኝ፣ ዞር ብዬም አላየሁትም ነበር። ዛሬ ግን ውስጤ በደስታ ተሞላ።

ሀሙስ በተቀጠርኩበት ሰአት ሄጄ ወረቀቴን ተቀበልኩ ። "መልካም እድል ይሁንልሽ፣ ተምረሽ ወደ አገርሽ ለመመለስ ያብቃሽ።" ብለው አቀፉኝ። "ኢትዮጵያ ከናንተ ከልጆችዋ ብዙ ትጠብቃለችና፣ ገንዘብና የውጭ አገር ኑሮ እንዳያታልልሽ።" ብለው መከሩኝ።

የተስፋ ብርሀን በውስጤ ቦግ ብሎ በራ። ከመውጣቴ በፊት ግን፣ "ከዚህ በኋላ የት ነው የምሄደው?" ብዬ ስፈራ ስቸር ጠየቅሁ። "ቀጠና ነው የምትሄጅው። አይዞሽ! ምንም ችግር አይገጥምሽም። እነሱ እኛ የጻፍነውን አይተው ማሳለፍ ነው እንጂ፣ አያውቁሽ አታውቂቸው። በዛ ላይ ለትምህርት ስለሆነ

የምትሄጅው የሚያስፈራሽ ነገር የለም፤ አትፍሪ! የቀጠና ቢሮ ያለው ማዘጋጃ ቤት ውስጥ ነው፤ እዛ ነው የምትሄጅው። እነሱ ደግሞ ወደ ከተማ ይሸኙሻል። ስለዚህ፣ ጊዜ ሳታባክኝ ቶሎ ቶሎ ብለሽ ጨርሺ፤ በርቺ!” ብለው ጨበጡኝ። እኔም እጅ ነስቼ ወደ ቤቴ ሄድኩ።

እማዬን ሳገኛት፣ ነገ ማዘጋጃ ቤት እንደምሄድ፣ የከፍተኛው ሊቀመንበር እንደመከሩኝ፣ ብቻ፣ የሆነውን ሁሉ አንድም ሳላስቀር ነገርኳት። ከዚህ በኋላ ምንም ችግር እንደማይገጥመኝ ነገርኳትና፣ የደስታ እንባ ተቃቅፈን አነባን።

ሰፈራችን ከማዘጋጃ ቤት እሩቅ ስለሆነ በእግር መሄድ አይሞከርም። የሚቀጥለው ቀን ጠዋት፣ እማዬ ከቦርሳዋ ውስጥ አውጥታ ሀምሳ ሳንቲም ሰጠችኝ። “ለአውቶብስ መሳፈሪያ ነው፤ ወዲህ ወዲያ ማለት የለም፤ የምትሄጅበትን ጉዳይ አስፈፅመሽ በቀጥታ ወደ ቤትሽ። ነግሬሻለሁ፤ መንዘላዘል የለም!” አለችኝ።

ማዘጋጃ ቤት ስገባ ይሄ የመጀመሪያ ቀኔ ነው። በስንት መከራ፣ የቀጠና ሶስትን ቢሮ አግኝቼ ገባሁ። የመጀመሪያዋ ክፍል በፀሀፊዋና በባለጉዳዮች የተጨናነቀች ጠባብ ክፍል ነበረች። መጨናነቅ ብቻ አይደለም፣ ከሰዉ ብዛት የተነሳ በትንፋሽ ታፍናለች። ፀሀፊዋ፣ ቀና ብላ አየችኝና፣ “አቤት! ምን ፈለግሽ?” አለችኝ። የመጣሁበትን ጉዳይ ተናገርኩ። አዳምጣኝ ስትጨርስ፣ ቁጭ ብዬ ተራዬን እንድጠብቅ ነገረችኝ። ያፍ አመል ሆኖ እንድቀመጥ ጋበዘችኝ እንጂ፣ እንኳን መቀመጫ መቆሚያ ቦታም አልነበረ። እንደምንም ቀዳዳ ፈለግሁና፣ ግድግዳ ተደግፌ ቆምኩ።

ከጥቂት ሰአት ቆይታዎች በኋላ የውስጡ በር ተከፈተ። እዛ የተቀመጠው ሰው በሙሉ ተነሳ። እኔም የተደገፍኩትን ግድግዳ

ለቅቄ ቆምኩ። ከውስጥ የወጣው ሰውየ ሁላችንንም እንዳላየ አልፎን ሠነዶ ሄደ። ከጥቂት ደቂቃ በኋላ ፀሀፊዋ ወደ ተሰበሰብነው ሰዎች ዞር ብላ፣ “የቀጠናው ስራ አስፈፃሚ ለምሳ ስለወጡ፣ ከምሳ በኋላ ተመለሱ።” አለችን። ሁሉም ሰው ተነስቶ ወጣ። እኔ ግን፣ የት እንደምሄድ ግራ ስለገባኝ፣ ከተለቀቁት ወንበሮች አንዱን መርጬ ቁጭ አልኩ።

“አንቺን እኮ ነው፤ አትሰሚም እንዴ!” አለችኝ ተቆጥታ።

“አይ! የምሄድበት ስለሌለ እዚሁ ቁጭ ብዬ ብጠብቅ ይሻላል ብዬ ነው።” አልኳት።

“አይቻልም! በሩ ይቆለፋል። ስለዚህ የምትሄጅበት ሂጂና ከአንድ ሰአት በኋላ ተመለሽ።” አለችኝ፤ አሁንም በቁጣ። ምርጫ ስላልነበረኝ ተነስቼ ወጣሁ። የት እንደምሄድ ምን እንደማደረግ ስላላወቅኩ፣ የቢሮውን ግድግዳ ተደግፌ መጠበቅ ጀመርኩ። ፀሀፊዋ ወጣችና በሩን ቆለፈች። አቋቋሜ አሳዛኝ መሰለኝ፣

“ካፍቴርያ አለን። ከፈለግሽ እዚያ መቆየት ትችያልሽ።” አለችኝ። ካፍቴርያ የሚወስድ ገንዘብ የለኝም። ያለኝ ንብረት ጠዋት እማዬ የሰጠችኝ ሀምሳ ሳንቲም ብቻ ነው። እሱም ቢሆን አውቶብስ ለመሳፈር አስራ አምስት ሳንቲም አጉድየለታለሁ። ምርጫዬ፣ “አይ ግዴለም፣ እዚሁ እቆያለሁ።” ማለት ብቻ ነበር።

መቆም ሲደክመኝ ግድግዳውን ተደግፌ ተቀመጥኩ። ከአንድ ሰአት በኋላ ፀሀፊዋ ተመልሳ መጥታ በሩን ከፈተች። አብሬአት ገብቼ ወንበር ላይ ተቀመጥኩ። ቀስ በቀስ ለምሳ የሄዱት ሰዎች ተመለሱ። ከአንድ ከሰላሳ ደቂቃ በኋላ ደግሞ ስራ አስፈፃሚው ከአንድ ሰው ጋር እያወሩ መጡና ቢሮአቸው ገብተው በሩን ዘጉ። እዛ ስለተደረደርነው ሰዎች ምንም ያሉት

ነገር የለም እንዲያውም አፍንጫቸውን ሰንገው ገላምጠውን ሲገቡ የሸተትናቸው ወይም የተጠየቁን ይመስል ነበር። ከአስራ አምስት ደቂቃዎች በኋላ በሩ ተከፈተና አብሮአቸው የነበረው ሰው ወጣ። ፀሀፊዋ ትንሽ ቆይታ አንደኛውን ሰውዬ "ሊገቡ ይችላሉ" አለችና አስገባችው። እኔም፣ በዚህ ከቀጠለ ተራ ይደርሰኛል በሚል ተስፋ ጥበቃዬን ቀጠልኩ።

የገቡት ሰውዬ እረዘም ያለ ጊዜ ፈጁ። በመጨረሻም፣ በር ተከፍቶ ሲወጡ ስራ አስፈፃሚውም ተከታትለው ከቢሯቸው ወጥተው ሄዱ። ምንም የተነገረን ነገር አልነበረም፣ ብቻ፣ ዝም ብለን ተፋጠን ቁጭ አልን። ከጥቂት ደቂቃዎች በኋላ ከባለጉዳዮቹ አንዱ፣ ወደ ፀሀፊዋ ዞር ብለው ስራ አስፈፃሚው ይመለሱ እንደሆነ ጠየቋት።

"አዎን ይመለሳሉ፤ ለሻይ ነው የወጡት።" አለች። ሁላችንም በዝምታ መጠበቅ ጀመርን። ከአንድ ከእኩል ሰአት በኋላ ጉዳይ አስፈፃሚው ተመልሰው መጡ። ተረኛው ባለጉዳይም ተከትሏቸው ገባ። ብዙም ሳይቆይ የፀሀፊዋ ስልክ ጮኸ። "እሺ! እሺ!" ብላ ስልኩን ዘጋችና፣ "ለዛሬ ሌላ ሰው ስለማይቀበሉ ነገ ተመልሳችሁ ኑ።" ተባልን። ቀኑን ሙሉ ከአሁን አሁን ይጠሩኛል፣ ከአሁን አሁን መልስ አግኝቼ ወደ ቤቴ እሄዳለሁ እያልኩ፣ ምንም ምግብ ሳልበላ፣ ውሀ እንኳን ሳልጠጣ፣ ስጠብቃቸው ውዬ ዛሬ ሌላ ሰው አያዩም! አሁን ለማዬ ምን ልላት ነው። ነገም እንደገና የመሳፈሪያ ገንዘብ ሊያስፈልገኝ ነው። እማዬ ወደ ስራዋ በእግርዋ ሄዳ ነው ለኔ የአውቶብስ ሀምሳ ሳንቲም የሰጠችኝ። መንገዱን በደንብ ባውቀው ኖሮ በእግሬ እሄድ ነበር፤ ግን አላውቀውም። ካመሸሁ ደግሞ እማዬ ትጨነቃለች። ያለኝ ምርጫ አንድ ብቻ ነው፤ በአውቶብስ ሄጄ እውነቱን መናገር። እንዲሁ በሀሳቤ

መከራዬን ሳወጣና ሳወርድ፣ አውቶብሷ መጣችና ተሳፍሬ ወደ ቤት ሄድኩ።

ያልኩት ነገር አልቀረም እማዬ በር ላይ ቆማ ውጭ ውጭውን ታያለች። ልትቆጣኝ አስባ ነበር ግን እረሀብና መከፋት ያዘለው ፊቴን ስታይ፣

"ምነው! ምን አሉሽ?" አለች።

"ነገ ነይ አሉኝ።" አልኳት

"ታዲያ ምነው አኮረፍሽ? እርቦሽ ነው?" አለችኝ። እማዬ እኔን ከኔ የበለጠ ስለምታውቀኝ መራቤንም ሆነ ማኩረፌን ከፊቴ ማንበብ ትችል ነበር።

"መራቡን እርቦኛል፤ ዋናው ግን፣ ሰውየው ቀኑን ሙሉ ቢሯቸው ውስጥ ቁጭ ብዬ ውዬ አላነጋገሩኝም፤ ይዤው የሄድኩትን ወረቀት እንኳን አልተቀበሉኝም። ሁለት ሰው ብቻ አነጋግረው፣ ሌሎቻችንን ነገ ተመለሱ ብለው ጥለውን ሄዱ።" አልኩዋት።

"በይ ነይ ግቢ፤ መድሀኒአለም ያውቃል" አለችኝ። እራቴን በላሁና ነገ አንድም ሰው ሳይቀድመኝ ለመድረስ ወስኜ ተኛሁ።

ሲነጋ፣ ከሁሉ ሰው በፊት ተነስቼ ልብሴን ለባበስኩና ልወጣ ተዘጋጀሁ። ግን፣ የአውቶቢስ ፍራንክ ስለጎደለኝ እማዬ እስክትነሳ መጠበቅ ነበረብኝ። እማዬ ስትነሳ፣ ከትናንት በተረፈኝ ሀያ ሳንቲም ላይ አስር ሳንቲም ጨመረችልኝ። ያን ተቀብዬ ልወጣ ስል "ቆይ ቆይ" ብላ ሮጣ ወደ ወጥ ቤት ገባች። ከወጥ ቤት ዳቦ ቆርሳ በወረቀት ጠቅልላ ሰጠችኝና፣ "ደሞ እንደ ትናንትናው ፊግተሽ እንዳትመጭ" አለችኝ ።

የትናትናው ረሀብ ትዝ አለኝና፣ የእማዬን ዳቦ ተቀብዬ ፈገግ አልኩ። ትናንትና የማደርገው ነገር ለተፔ ቀትን ሠሎ ጣራ ጣራ ሳይ መዋሌም ትዝ አለኝ። ለዚያ እንኳን መድሀኒቱ ቀላል ነበር። ከመፅሀፎቼ መካከል አንዱን አነሳሁና ወደ በሩ አመራሁ። "ይቅናሽ!" አለ የእማዬ ድምጽ ከበስተጓላዬ። እኔም "አሜን!" አልኩና መንገዴን ቀጠልኩ።

አውቶቢሷ ቶሎ መጣች። ተሳፍሬ ማዘጋጃ ቤት ደረስኩ። ከፀሀፊዋም ቀድሜ ስለደረስኩ፣ በሩ ላይ ቁጭ ብዬ መፅሀፌን እያነበብኩ ጠበኳት። ስታየኝ ደንግጣ፣

"እንዴ! እዚህ ነው ያደርሽው?" አለች።

"የለም ሌላ ሰው እንዳይቀድመኝ በጣም በጠዋት ተነስቼ ነው የመጣሁት።" አልኳት። በሀዘኔታ ተመለከተችኝ። በር ከፍታ ስትገባም ተከትያት ገባሁ። እንደትናትናው ግርግዳ ተደግፌ መቆም አልነበረብኝም። ወንበር ላይ ተቀምጬ መፅሀፌን ማንበብ ጀመርኩ። ብዙም ሳይቆይ ሌሎች ሰዎች መጡ፣ የፀሀፊዋ ቢሮም እንደተለመደው መጨናነቅ ጀመረች። አንደኛ በመሆኔ ደስ አለኝ፣ "ዛሬ ምንም ቢሆን ትልቁ ቢሮ ውስጥ እገባለሁ፣ ከኔ ቀድሞ የመጣ ሰው የለ!" በሚል ሀሳብ እራሴን አዝናናሁ። ችግሩ ግን፣ ብንጠብቅ፣ ብንጠብቅ የቀጠናው ስራ አስፈፃሚ አልመጡም። እረፋድ ላይ ፀሀፊዋ፣ ለአስቸኳይ ስብሰባ ተጠርተው እንደሄዱና የሚመለሱትም ከምሳ በኋላ እንደሆነ አረዳችን። እንባዬ መጣ፤ ግን ምን ማድረግ እችላለሁ? ከዚያች ጠባብ ቢሮ ወጣሁና በራፉ አጠገብ ተቀመጥኩ።

ፀሀፊዋ ለምሳ ስትወጣ በር ላይ ቁጭ ብዬ መፅሀፌን ሳነብ አገኘችኝ። ፈገግ ብላ "እኔ እምልሽ እሱን ቦታ በስምሽ ካርታ

አስወጥተሽበታል ወይስ... እንዴት ነው ነገሩ?” አለችኝ፤ እንደመቀለድ በላ።

“ሌላ የትም መሄድ አልችልም፤ ተመልሰሽ ስትመጭ ገብቼ እቀመጣለሁ። ማንም ሰው እንዲቀድመኝ ስለማልፈልግ እዚሁ ቁጭ ብዬ እጠብቅሻለሁ።” አልኳት፤ ምርር ብዬ።

ፈገግ ብላ፣ “ነይ ካፍቴርያ እንሂድ፤ እኔ ሻይ እጋብዝሻለሁ፤ ከኔ ጋር ስለምትመለሽ መጀመሪያ ትሆኛለሽ፤ አታስቢ።” አለችኝ። ተከተልኩዋት። ካፍቴርያ ገባንና ሻይ ገዛችልኝ። እማዬ የሰጠችኝን ዳቦ ከወረቀት ውስጥ አውጥቼ ሻይ በዳቦዬን ጥርቅም አድርጌ በላሁ። ሁሉ ነገሬ የገረማት ፀሀፊ፣

“እንደው ምን አይነትዋ ጉድ ነሽ፣ ዳቦ ይዘሽ ነው የምትዞሪው?” አለችኝ። ትናንታና ቀኑን ሙሉ ምግብ ሳልበላ መዋሌን ያወቀችው እማዬ ዳቦ እንዳስያዘችኝ ነገርኩዋት። ስለማነበው መፅሀፍ፣ እውጭ ሀገር ስሄድ ምን መማር እንደምፈልግ... እያወራን የምሳ ሰአት አለቀና ወደ ቢሮ ተመለስን።

እንዳለችውም ገብቼ የመጀመሪያውን ቦታ ያዝኩ። ሌሎችም ቀስ በቀስ መጡ። አንድ ሁለት፣ ጧት ያልነበሩ፣ ጧት ከመጡትም የቀሩ ሰዎች ነበሩ። የመጀመሪያውን ተራ መያዜ አሁንም እንደጧቱ አዝናናኝና፣ መፀሀፌን ገልጬ ማንበብ ጀመርኩ። ከሰላሳ ደቂቃ በኋላ የቀጠናው ጉዳይ ፈፃሚ በር ከፍተው ሲገቡ አይናቸው እኔ ላይ አረፈ።

“ሆሆ! ደግሞ ብለን ብለን በባለ ደብተር እንጎበኝ ጀመር!” ብለው አሽሟጠጡኝና አልፈው ወደ ቢሯቸው ገቡ። የተናገሩት እኔን እንደሆነ ስለገባኝ ጉልበቴ መንቀጥቀጥ

ጀመረ። ከትንሽ ቆይታ በኋላ፣ ፀሀፊያቸው ለጉዳይ አስፈፃሚው ጉዳዬን እንዳስረዳ ወደቢሯቸው አስገባችኝ።

መላው ሰውነቴ እየተንቀጠቀጠ ከከፍተኛ የተሰጠኝን ደብዳቤና መፅሀፌን ይዤ ወደ ውስጥ ገባሁ።

"ኦ ባለ ደብተርዋ ነሽ!" አሉኝ የፌዝ ፈገግታ ተላብሰው። መልስ ለመስጠት ስዘጋጅ "ምን ፈልገሽ መጣሽ?" አሉ። ከከፍተኛ የተፃፈውን ያልተከፈተ ፖስታ ሰጠኋቸውና አጠር አድርጌ ጉዳዬን ተናገርኩ።

ወረቀቱን ከጄ ላይ ወስደው ሳይከፍቱት ወደ ጎን አስቀመጡት። "ውጭ አገር ሊኬድልኝ ነዋ!" አሉ፤ አሁንም እያፌዙ። አያውቁኝ፣ አላውቃቸው። ለምን እንደሚያፌዙብኝ፣ ለምን እንደጠሉኝ ማወቅ ስለተሳነኝ መልስ ለመስጠት እንኳን ፈራሁ። ከአሁን አሁን ደብዳቤውን ከፍተው "ይሄማ ቀላል ነው፤ ምን ችግር አለበት!" ይሉኛል ብዬ በዝምታ ቆሜ መጠበቅ ጀመርኩ። የጠረጴዛውን መሳቢያ ከፍተው የሆነ ነገር ሲጎረጉሩ ቆዩና ቀና አሉ፤ አሁንም ቆሜአለሁ። "እንዴ! ምን ትሰሪለያለሽ፤ በቃ ሂጂና ነገ ተመለሽ። ወረቀቱን ተቀበልኩሽ አይደለም እንዴ? አትገተሪብኝ፤ ነገ ተመለሽ።" ብለው ጮሁብኝ። ከድንጋጤዬ ብዛት የተነሳ መራመድ አቃተኝ። ያን ጊዜ መሬት ተሰንጥቃ ብትውጠኝ ደስ ባለኝ ነበር። እንደምንም ታግዬ እጅ ነስቼ ወጣሁ። ፀሀፊያቸው፣

"ነገም በጊዜ ነይ" አለችኝ። ምንም ቢሆን ዛሬ ገብቻለሁ፤ ዛሬ መልስ ባይሰጡኝም ወረቀቱን ተቀብለውኛልና መልሳቸውን ነገ ይነግሩኛል። ስለዚህ የሚያስፈራኝ ነገር አይኖርም። የከፍተኛውም ሰውዬ ቢሆኑ በሁለተኛው ቀን ነበር ወረቀቱን የሰጡኝ። በዚያም ላይ "አይዞሽ! ከዚህ በኋላ ምንም ችግር

አይኖርብሽም።” ብለውኛል። እንዲያ እያሰብኩና ራሴን እያፅናናሁ ማዘጋሻ ቤተን ትቸ ወጣሁ።

አውቶቢስ ተራ ሄጄ ለጥቂት ደቂቃዎች ቆምኩ። ከምሳ በኋላ መጀመሪ የገባሁት እኔ ስለነበርኩ፣ ቀኑ ገና አልመሸም። ስለዚህ በእግሬ ወደ ቤት ለመሄድ ወሰንኩ። መንገድ ቢጠፋብኝ እንኳን ሰው አየጠየኩ እደርሳለሁ። ነገ፣ እማዬን የአውቶብስ ገንዘብ እንድትሰጠኝ አለማስቸገሬ ደስ አሰኘኝና የእግር መንገዴን ተያያዝኩት። ሆኖም፣ ከፍርሀቴ ብዛት የተነሳ በየአስራ አምስት ደቂቃው በእድሜ ጠና ያለ ሰው እየፈለግሁ መንገድ እጠይቅ ጀመር። ሰፈሬን ለማግኘት ብዙም አልተቸገርኩም። ብቻ መንገዱ ሩቅ ስለነበር አደከመኝ።

አይደረስ የለም፣ በመጨረሻ ሰፈሬ ደረስኩ። እማዬ ዛሬም በር ላይ ቆማ ውጭ ውጭውን ታያለች። መንገዱ ስላደከመኝ፣ ከትናንትናው የባሰ ጠውልግያለሁ። ልክ ስታየኝ፣ ጉዳዩ ዛሬም እንዳልተሳካ የገባት እናቴ፣ ምንም ሳትናገር ወደቤት ገባች። እራት እየበላን የሆነውን ነገርኩዋት።

“አይ፣ ምንም አይደል፤ እንኳን ወረቀቱን ሰጠሻቸው እንጂ ነገ ሁሉን ጨርሰው ይጠብቁሻል።” አለችኝ። የሰውየውን ፊት ስላላየችው እማዬ የኔን ፍርሀት ልትጋራኝ አልቻለችም ነበር። እኔም ብዙ ላሳስባት ስላልፈለግሁ በሀሳቧ ተስማማሁና ከመተኛትዋ በፊት ሌላ አስራ አምስት ሳንቲም እንድትጨምርልኝ ነገርኳት።

እማዬ ሀምሳ ሳንቲም ሰጠችኝና “ሁለተኛ በእግርሽ እንዳትመጭ! ደሞ ሌላ ሰው ሻይ ግዙልኝ ብለሽ እንዳታስቸግሪ! ዳቦ ከቤት ይዘሽ ሂጂ አዘጋጅቼልሻለሁ።” አለችኝ። ነገሩ ደስ ቢለኝም፣ እማዬ በእግርዋ እየሄደች ፍራንኩን ለኔ እንደምትሰጠኝ ስለገባኝ በጣም አዘንኩ። ግን፣

ጉዳዩ ነገ ስለሚያልቅ ደግሜ አላስቸግራትም። እንዲያ መልካም መልከሙን እያሰብኩ እንትልፍ ወሰደኝ።

በነጋታው፣ ሌሊት ተነስቼ ወደ ማዘጋጃ ቤት ሄድኩ። የመጀመሪያዋ ተሰላፊ ሆንኩ፤ ግን ምን ያደርጋል፣ የቀጠናው ስራ አስፈፃሚ፣ እንኳን ስራ ሊያስፈፅሙ ቢሮቻቸውም ገና አልገቡም ነበር። ቀኑን ሙሉ ስንጠብቃቸው ዋልን። ፀሀፊያቸውም ምንም አይነት መረጃ አልሰጠችንም፤ ምናልባት እሷም አታውቅ ይሆናል። አልፎ አልፎ፣ "ዛሬ ስራ አይገቡም እንዴ?" የሚል ጥያቄ ከተሰበሰበው ሰው ይወረወራል፤ መልስ የሚሰጥ ግን አልነበረም። እንዲሁ ተፋጠን ውለን፣ የስራ ሰአት ሲያልቅ፣ "ነገ ተመልሳቸሁ ሞክሩ።" ብላ፣ ፀሀፊዋ በሯን ቆልፋ ሄደች።

ጉዳዩ በዚሁ ቀጠለ፤ አንዳንድ ቀን "ዛሬ ስብሰባ ላይ ናቸው" ሌላ ቀን ደግሞ "ከሰአት ተመለሱ" ከዚያ ቀጥሎ "ስራ አልገቡም"፣ "ዛሬ እንግዳ አይቀበሉም" ወይም ደግሞ አንድ ሁለት ሰው ካስተናገዱ በኋላ፣ "ዛሬ አይመቻቸውም" እየተባለ ከሳምንት ባላይ ተመላለስን። እማዬን የአውቶብስ ገንዘብ ማስቸገር እጅግ ስለበዛብኝ አክስቴን ለምኜ የሳምንት ትኬት ገዛልችልኝ። ሳምንቱ ወደ አስር ቀን፣ ቀጥሎም ወደ ሁለት ሳምንት ተቀየረ። እኔ ምንም ሳልናገር፣ ፊቴን ብቻ ታይና፣ "ግድ የለም ነገ ይሳካል" ትለኛለች፤ እማዬ።

ነገ ነገን እየወለደ ሲያመላልሰኝ ከረመ። ከሶስት ሳምንት በኋላ ተራ ደረሰኝ እና ገባሁ። የቀጠናው ጉዳይ አስፈፃሚ ገና ሲያዩኝ አስታወሱኝና "ባለ ደብተርዋ" አሉ። በውስጤ፣ "አቤት ልበል አልበል? ወይስ ዝም ማለቱ ይሻለኛል?" እያልኩ ስሟገት፣ "ፈረንጅ አገር ሊኬድልኝ ነው?" አሉ፣ እስካሁን ከሽሙጥ ውጭ ሌላ አነጋገር አላየሁባቸውም። አይኔ

ወደ ጠረጴዛው ተወረወረ፣ ከሁለት ሳምንት በፊት የሰጠኋቸው ፖስታ ካስቀመጡበት በታ ላይ ሳይከፈት ተቀምጧል። ደነገጥኩ። መንገጤን ሲያዩ፣ ለምን እንደሆነ ባይገባኝም ተናደዱ። መናደዳቸውን በሚያሳብቅ ድምፅ፣

"ምን ልትሆኚ ነው ውጭ አገር የምትሄጂው?" ብለው ጠየቁኝ።

"ልማር" አልኩ፤ ስፈራ ስቸር።

"ለምን እዚህ አገርሽ ውስጥ አትማሪም? የኛን ትምህርት ቤቶች ንቀሽ ነው?" አሉኝ። መልስ ስላልነበረኝ ዝም ብዬ መሬት መሬት ማየት ጀመርኩ። የባሰ ተናደዱ።

"እቢሮዬ ድረስ መጥተሽ ለጥያቄዬ መልስ አትሰጭኝም! ምን የሚሉት ንቀት ነው ለመሆኑ!" አሉና እንደበርበሬ በቀሉት አይኖቻቸው ትክ ብለው ተመለከቱኝ። "ተናገሪ እንጂ ምን ይዘጋሻል!" አሉ፤ አሁንም እነዚያን አይኖቻቸውን እያጉረጠረጡ።

"ንቀት አይደለም፤ እድሉን ስላገኘሁ ነው።" አልኳቸው።

"ለኛ ማን እድሉን ሰጠን፤ ማን እኛን ተማሩ አለን? ጥይት እንደቆሎ የፈሰሰበት በረሃ ሄዳችሁ ተዋጉ ተባልን እንጂ!" ጥላቻቸው የመነጨው የኔ እድል ለሳቸው ባለመድረሱ ይሆናል። ታዲያ እድላቸውን ያማርሩ እንጂ እኔን ምን አድርጊ ይሉኛል! እንዲያም ሆኖ ግን መልስ አልሰጠኋቸውም።

"ጥጋብሽ የሚገርም ነው" አሉኝ።

"ጥጋኛውስ በማን አለብኝነት በንፁህ ሰው ላይ የሚፈርድ ባለስልጣን ነው!" ለማለት አስቤ ነበር፤ ካፌ ግን አንድም ቃል አልወጣም። ብቻ ጥጋበኛ መባሌ ከነከነኝ። ሶስት ሳምንት

ሙሉ በሌሊት እየመጣሁ ደጅ ስጠና መክረሜ፣ እናቴንና አክስቴን እንዳለስቸግር በእግሬ መኳተኔ፣ ደረት ዳቦ እያረረብኝ ፆሜን መዋሌ፣ በምን መመዘኛ ቢለካ ነው ጥጋበኛ የሚያሰኘኝ? መለስ እልና ደግሞ እኔ የማላውቀው ፊቴ ላይ የሚነበብ የጥጋብ አይነት ይኖር ይሆናል ብዬ እጠረጥራለሁ። እንዲያ ባይሆን ከኝህ ሰውየ በተጨማሪ የቀበሌው የወጣት ማህበር ሊቀመንበር “የሞጃ ልጅ ስለሆንሽ ሰው ትንቂያለሽ።” አይለኝም ነበር።

የስራ አስፋፃሚው ፊት ሲቀያየር አይቼ በፍርሀት ተዋጥኩ። ሳይከለክሉኝ አይቀርም የሚልም ስጋት አደረብኝ። ግን ምን አደረኳቸውና ይከለክሉኛል? የከፍተኛው ሊቀመንበር ችግር እንደሌለበት ነግረውኛል። በእውነትም ሳየው፣ የሚያስቸግር ጉዳይ አይደለም። ራሴን በራሴ የማፅናናበትን ውሸት እንኳን ማመን አቃተኝ።

ደጋግሞ በአእምሮዬ የሚፈጠረው ሀሳብ፣ “አያውቁኝ፣ አላውቃቸው። እንዴት እንዳደግሁ ወይ እንዴት እንደኖርኩ ያዩትና የሰሙት ነገር የለ! ታዲያ እኝህ ሰው ከኔ ምን ፈልገው ነው እንዲህ የክፋት ምንጭ የሆኑብኝ? ውጭ አገር ባልሄድ ወይም ባለመሄዴ ባዝን ምን ይጠቅማቸዋል?” እያልኩ፣ እሳቸውን ፍፁም እረስቼ ከራሴ ጋር እነታረክ ጀመር። ከሀሳቤ ስነቃ እኝህን ክፉ ሰው ለሀጩን እያንጠባጠበ ሊናከስ የተዘጋጀ ውሻ መስለው አገኘኋቸው።

“ሂጂ ውጪ ከዚህ!” አሉኝ። እጆቻቸው ሲንቀጠቀጡ አየሁና የሚመቱኝ መስሎኝ ፈራሁ። ብቻ ያመጣሁትን ወረቀት ከጠረጴዛቸው ላይ አንስተው ወረወሩት። አለቅስ ጀመር። “የማነሽ ሞልቃቃ፣ ውጭ ከዚህ ፣ ውጭ አገር እንደሁ አትሄጂም፣ አትሄጅም፣ አለቀ! በቃ! ሁለተኛ እዚህ

ቢሮ እንዳላይሽ!” ብለው ጮሁብኝ፤ ንዴታቸው አደነሟገዋ ፐቲት ከተነፈሱ በኋላ፣ “ጥጋበኛ ሁሉ ውጭ አገር ተማርኩ ብለው ይመለሱና አለቆቻችን ይሆናሉ! እኛ እዚሁ ቁጭ ብለን የነሱን ወረቀት ስንፈረም እንንውላለን! አይቻልም! መሄድ የለም፣ መሄድ አይቻልም!” አሉ። ዝም ብዬ ቆምኩ። ስልኩን አነሱና፣ “ነይ አስወጫት! እዚህ ቆማ ትነፋረቅብኛለች።” አሉና ፀሀፊያቸውን ጠሩ። ፀሀፊያቸውም መጣችና ይዛኝ ወጣች።

እንባዬን ማቆም አቃተኝ። ከሶስት ሳምንት በፊት አይቶኝ በማያውቅ አንድ ሰው ምክንያት ተስፋዬ ሁሉ ጨለመ። ሌላው ቢቀር፣ “ይቺ ጎበዝ ተማሪ ውጭ አገር ከሄደች፣ ለሌላ አንድ ኢትዮጵያዊ የዩንቨርስቲ ቦታ ትለቃለች።” ብሎ እንኳን ማሰብ በማይችል ሰው የህይወቴ በር ተዘጋብኝ። “ከአገር ወጥታ ተምራ፣ የሰለጠኑትን ህዝቦች እውቀት ቀስማ ብትመለስ ሀገሯን ትጠቅማልች።” ብሎ የማሰብ ብቃት በሌለው ሰው ውሳኔ የእውቀት በር ተቆለፈብኝ። “ለቤተሰቦቿ ተስፋ ትሆናለች፤ ተምራ ሀብት ብታገኝ ለዘመድና ለጎረቤት ሌላው ቢቀር የአደባባይ ዋስ ትሆናለች።” ብሎ ለማሰብ ቅን አእምሮ በሌለው አንድ ሰው፣ ዳግም የማይገኝ እድሌን ተቀማሁ። ይሄ ሁሉ ክፋት ከየት ፈለቀ? የቀበሌው ወጣት ማህበር ሊቀመንበር፣ ትንሽም ቢሆን እራሱን የተመለከተ ጉዳይ ነበረው። የሴቶች ማህበር ሊቀመንበሯም፣ ከእናቴ ጋር የረጅም ጊዜ ቅያሜ ነበራት። ያን ተጠቅማ እናቴን ማዋረድ ፈልጋ እንጂ እኔን በግሌ ለመጉዳት አስባ አልነበረም። የቀጠናውን ጉዳይ አስፈፃሚ መምጫ ግን ጨርሶ ማወቅ አልቻልኩም። ክፋት ተፈጥሯቸው ሆኖ እንጂ፣ ከኔ ጋር የተያያዘ አንዳችም ምክንያት መስጠት እንደማይችሉ እርግጠኛ ነኝ። እስካሁን

የለፋሁትን ልፋት፣ እናቴ እኔን እዚህ ለማድረስ የከፈለችውን መስዋእትነት፣ በዚህ ባለረጡ ጦር ብቻ የተሰታየኘውን ሰቃይና የተዋረደችውን ውርደት በሙሉ "አትሄጅም!" በሚል አንድ ቃል አሽቀንጥረው ጣሉት።

እያለቀስኩ ክቤት ደረስኩ። በጣም ያሳሰበኝ መቅረቴ አልነበረም። ጭንቀቴ ሁሉ መቅረቴን ለእናቴ እንዴት እንደምነግራት ነበር። እንዲያ ተጨንቄ እቤት ስደርስ እማዬ በር ላይ የለችም። ደስ አለኝ፤ ፊቴን አይታ እንዳትደነግጥ፣ እቤት ገብቼ፣ ፊቴን ታጥቤ፣ ተረጋግቼ እነግራታለሁ በሚል ተስፋ፣ መጠነኛ ደስታ በልቤ ሰፍኖ ወደ ቤት ስገባ ከእማዬ ጋር ተገጣጠምን። በለቅሶ የጠወለገ ፊቴን አይታ ደነገጠች።

"እንኳን መጣሽ። እንግዳ አለና ግቢና ሰላም በይ።" አለችኝ።

"እሺ መጣሁ።" ብላትም አልሰማችም። የሳሎኑን በር ከፈተችና አስገባችኝ። እንደዚህ በእንባ ተበክዬ ሌላ ሰው ባያየኝ ምርጫዬ ነበር፤ ግን በግድ ሳሎን ገባሁ።

እንግዳው የአባቴ ጓደኛ የሆኑ፣ ለረጅም ጊዜ ያላየኋቸው ሰው ነበሩ። አባዬ በህይወት ሳለ ቤታችን በእንግዳ የተሞላ ነበር። ከአባቴ እረፍት በኋላ ግን የሚመጣው ሰው ቁጥር እየቀነሰ ሄዶ በመጨረሻው እንደበጋ ምንጭ ሁሉ ደረቀ። አሁን ከአክስቶቼና ከዘመዶቼ በስተቀር፣ ቤታችን የሚመጣ እንግዳ የለም። ዝቅ ብዬ ጉልበት ሳምኩ።

"ትልቅ ሰው ሆነሽ የለም እንዴ!" አሉ። ከአሁን አሁን እማዬ ወደጓዳ ትሰደኛለች ብዬ አይንዋን ባይ ዝም አለችኝ። የአባቴ ጓደኛ የመንግስት ባለስልጣን ናቸው። ለጥቂት ደቂቃዎች ስለ ደህንነቴ፣ ስለትምህርት ቤት በመጨረሻም ውጭ አገር ስለመሄድ ከጠየቁኝ በኋላ፣

“እንዴት ነው ታዲያ፣ ዛሬስ ተሳካልሽ?” አሉኝ። እማዬ እንባ ታውት ብየ አምቀ የያዝኩት እንባ ተዘረገፈ። “ምነው መልስ አልሰጠሽም?” አሉ።

“አይ፣ ዛሬስ መልስ ሰጥተውኛል።” አልኩዋቸው። “በጣም ጥሩ፤ እኔ እኮ እናትሽ በቀደም እቤት መጥታ፣ እያመላለሰ ቀን ሊያሳልፍብሽ እንደሆነ ስለነገረችኝ፣ የምረዳሽ ነገር ካለ ብዬ ነበር የመጣሁት።” አሉ። እንባዬን ማቆም አቅቶኝ መልስ መስጠት ሲጨንቀኝ ያየችው እናቴ፣

“እኮ! መልሱ ምንድነው?” ብላ ጠየቀች።

“አትሄጅም! ወረቀትም አልሰጥሽም ብለውኛል።” አልኩ። ሰው ማስቸገር በፍፁም የማትወደው እናቴ፣ የአባቴን ጓደኛ ልትማለድ የሄደችው፣ በየቀኑ ፊቴ ላይ የምታየው ተስፋ መቁረጥና ትካዜ አሳዝኗት እንደሆነ ገባኝ።

“ምን!?” አሉ የአባቴ ጓደኛ “ከለከለኝ!? ለምን!? ምን አጠፋሽ ብሎ!?”

“እኔ እንጃ፣ አይቻልም ብለው፣ ከቢሯቸው አስወጥተው አባረሩኝ።” አልኩ፤ እንባዬ ከፊቴ አልፎ ደረቴን እያራሰው።

“የከፍተኛው ሊቀመንበር የፃፈልሽን ደብዳቤ ካነበበ በኋላ ከለከለሽ?” አሉኝ። ነገሩን ማመን እንዳቃታቸው ለማሳየት ራስቸውን እየነቀነቁ።

“ደብዳቤውን ያነበቡት አይመስለኝም፤ እንደ ታሸገ ነው የመለሱልኝ።” ብዬ መለስኩ።

“እስቲ አምጭው” ብለው ተቀበሉኝና፣ “ይገርማል እኮ እባካችሁ” አሉ፤ የታሸገውን ፖስታ እያገላበጡ። በረጅሙ ተነፈሱና፣ “በይ ተይው ግዴለም” አሉ።

እማዬን ዞር ብዬ አየኋት፤ "በይ ሂጂ ምሳሽን ብይ!" አለችኝ። ትቻቸው ወደ ውስጥ ገባሁ ።

ከአምስት ቀን በኋላ፣ እኚሁ የአባቴ ጓደኛ እቤታችን እንደገና መጡ። ከእናቴ ጋር ትንሽ ካወሩ በኋላ፣ ተጠርቼ ሳሎን ገባሁ። የአባቴ ጓደኛ፣ ውጭ አገር የተማሩ ሰው ስለነበሩ፣ ውጭ አገር ስለሚገጥመኝ የትምህርትና የኑሮ ችግር ያዋዩኝ ጀመር። እኔ ግን፣ "የውጭ አገር ነገር እንዳከተመ ያውቁ የለም እንዴ! መርሳት የጀመርኩትን ነገር ለምንድነው የሚቀሰቅሱብኝ?" ብዬ ተናደድኩ። ምክራቸውን ለጥቂት ደቂቃዎች ከለገሱኝ በኋላ፣ ከኮታቸው የውስጥ ኪስ ውስጥ ፓስፖርቴን ከነቪዛው አውጥተው ሰጡኝ። አሁንም እንደበቀደሙ ስቀስቅ ብዬ አለቀስኩ። ይሄኛው ግን የደስታ እንባ ነበርና፣ ዝቅ ብዬ ጉልበት ስሜ፣ ፓስፖርቴን ተቀብዬ ወደ ውስጥ ልሄድ ስል እማዬ፣

"ይሄ መጫወቻ አይደለም፤ ስንት ዋጋ ተከፍሎበታል፤ በደንብ አስቀምጭው።" አለችኝ። ፓስፖርቱን ቁጭ አርጌ፣ የእማዬንም ጉልበት ስሜ ወደ ውስጥ ስገባ፣ የእማዬ "ስንት ዋጋ ተከፍሎበታል!" ማለት፣ ያሳለፍኩትን አንድ ወር እንደ መስታወት ከፊቴ አምጥቶ ደቀነው። እንደኔ አይነት አባት እና እናት ወይም እንደኔ አይነት የአባት ጓደኛ የሌላቸውንና ባንድ እርጉም ሰው ክፋት የተነሳ፣ የእድል በር የሚዘጋባቸውን ወጣቶች አሰብኩና አዘንኩ።

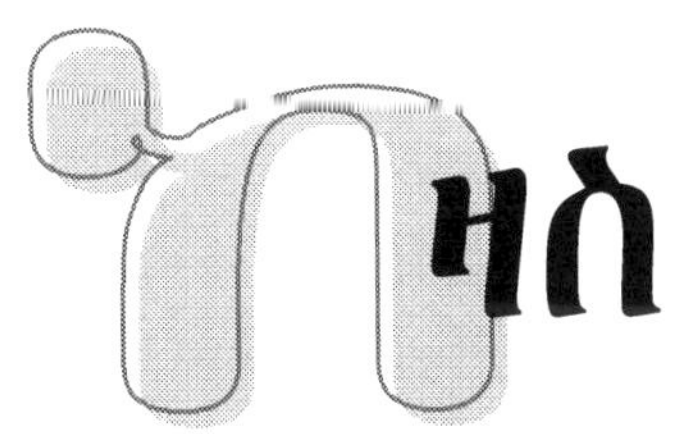

"ከዛስ!" አለና፣ ተፈሪ የታች ከንፈሮቹን በጥርሶቹ ነክሶ፣ የሽሙጥ ሳቅ ሳቀ።

"ከዛማ፣ እማዬ 'ለአንድ ሰው ብትናገሪ እረግምሻለሁ!' ስላለች፣ ሰላሳ አምስት አመት ሙሉ በውስጤ እምቅ አርጌ ያዝኩት።" ብላ መለሰች። ተፈሪ እንዳያይባት ፊትዋን ብታዞርም፣ እንባዎቿ ኩልል ብለው ወረዱ።

ተፈሪ ሚስቱን ጨርሶ ጠላት። የተጫነው፣ ከመጥላትም የጠነከረ መንፈስ ነበር። ጠላት ሳይሆን፣ ተጠየፋት ማለቱ ሳይሻል አይቀርም። በሽታዋን ማስታመም ቢፈልግም፣ ጥላቻውን ዘሎ ማለፍ ተሳነው። ላለፉት አስራ አራት አመታት አብሯት በልቶ፣ አብሯት ጠጥቶ፣ አብሯት ተኝቶ የኖረ አልመስልህ አለው። ሌላ ሰው፣ ሌላ ሴት መሰለችውና ተጠየፋት። ያለፈው የደስታ ኑሯቸው ሁሉ ውሸት ሆነበት። እንደቆሰለች ቢያውቅም፣ ስለሷ ቁስል የሚያስብበት ጊዜ አልነበረውም።

"ከዛስ!" አለ፤ መስማት ያልፈለገውን ወሬ እየሰማ።

"ከዛማ ይሄው እንደምታየው ውሸት እውነት ሆነ። እውነት መናገር እንደዚህ ያራት ያምስት ሰው ህይወት እንደሚያጠፋ ባውቅ ኖሮ ውሸት አርጌ አስቀረው ነበር። እመነኝ የኔ ፍቅር፤ አንተን ለመጉዳት የተደረገ ነገር አይደለም። ችግሩ የተፈጠረው ከዘመናት በፊት ነው። ለእኔ ያለህን ፍቅርና ክብር

ለደቂቃ እንኳን ይቀይረዋል ብዬ ባስብ ኖሮ፣ ሚስጥሬን እንዳመቅሁት እኖር ነበር፡፡" አለች።

"እውነት በይርጋ የሚወሰን ክስተት አይደለም፤ እውነት ሁል ጊዜም እውነት ነው። ተደብቆም አይቀርም፤ ጊዜውን ጠብቆ ይወጣል እንጂ። ለመሆኑ ለአለፉት ሀያ አመታት፣ አስራ አራቱን አመት በጋብቻ የቀረውን ደግሞ በጓደኝነት አብረን ስንኖር ይህን ጉድ ያልነገርሽኝ ስላላመንሽኝ ነው ወይስ እውነት ውሸት ሆኖ ይቀራል፤ የሚል ሀሳብ ነበረሽ።" አለ ተፈሪ፤ "ከዛስ!" ብቻ ማለቱ የሰለቸው ይመስል በረጅሙ ተንፍሶ።

"እንደሱ አይደለም የኔ ፍቅር!"

"ታዲያ እንዴት ነው? ግራ እንደተጋባሁ ጨርሶ ሊገባሽ አልቻለም።" አለ ተፈሪ፤ አሁንም በተሰላቸ ድምፅ።

"እንደሱ እኮ አይደለም የኔ ፍቅር!" አለች በድጋሚ፤ "ምናለ ብታዳምጠኝና ታሪኩን ከመጀመሪያው ጀምሬ ብነግርህ።"

"ከመጀመሪያው ጀምሮ ለመስማት ጊዜው አላለፈም? ዱብ እዳ ካወረድሽ በኋላ አሁን 'ከመጀመሪያው ልጀምር።'፣ 'ከመጨረሻው ልቀጥል' ብትይ፣ ለውጥ የሚያመጣ ይመስልሻል?"

"ለውጥ ቢያመጣም፣ ባያመጣም፣ ልንገርህ። ምናልባት ሙሉውን ታሪክ ስታውቅ ውሸቱ ከየት እንደተጀመረ ይገባህ ይሆናል። ስሞትልህ ላንዴ እና ለመጨረሻ ጊዜ ስማኝ።" አለችና፣ ታሪኳን ከስሩ ማውራት ጀመረች።

"እናቴና አባቴ፣ በሰፈሩ የተከበሩና ጨዋ የተባሉ ያገር ሽማግሌዎች ነበሩ። ታዲያ እኔን የመሰለ እብድ ልጅ

ሰጣቸው። እነሱ ግን እብድ ናት ብለው አላጣጣሉኝም አጦላትው አሳደጉኝ እንጂ። የተማርኩት ከግል ትምህርት ቤት ነበር፤ ያውም የቤት መኪና እያመላለሰኝ። የምለብሰው ሌሎች ያልለበሱትን፣ የማደርገው ሌሎች የሚመኙትን እንጂ የማያገኙትን ጫማ ነበር። እንክብካቤው ግን የሰው አይን ውስጥ አስገባኝ። 'ስታምሪ! አለባበሰሽ ሲያምር!' የሚለው አድናቆት ገና በልጅነቴ ቢጀምርም፣ ከፍ እያልኩ ስሄድ 'የሚወዳደረኝ የለም!' ወደሚል ትምክህት፣ ቅብጠትና ጥፋት ወሰደኝ።"

"እና ይሄ ሀተታ ከአሁኑ ሁኔታ ጋር ምን ያገናኘዋል?" አለ ተፈሪ፤ ቀጠለናም፣ "ጥፋቱ የኔ ሳይሆን፣ አቀማጥለው ያሳደጉኝ ወላጆቼ ነው ልትይኝ እንዳይሆን !" አለ።

"ችግሩ ከየት እንደጀመረ እንድትረዳልኝ እንጂ፣ ወላጆቼን ለመወንጀል ፈልጌ አይደለም።" አለች፤ እሷም በተራዋ።"

"እሺ፣ ቀበጥ ነበርሽ፣ ስለዚህ፣" ብሎ ሳይጨርስ ስልኩ ጮኸ። ተፈሪ የሚስቱን ወሬ ከመስማት የተገላገለ መስሎት ተንደርድሮ ሄዶ ስልኩን አነሳው። "ሀሎ! ለምንድነው የነገራችኋት! የናንተን ቤት የበጠበጣችሁት አንሷችሁ ነው ትዳሬን ለማፍረስ ታጥቃችሁ የተነሳችሁት!" አለ፤ ከስልክ ውስጥ የሚመጣው ድምፅ።

"ምን!" አለ ተፈሪ፤ በመደንገጥ፣ "ምንድነው የምታወራው?"

"ይሄው ከትናንት ማታ ጀምሮ ታለቅሳለች። ምንም ላደርጋት አልቻልኩም።" አለ፤ ድምፁ።

"በቃ ይዘሀት ናና ይሄንን ጉድ ሰው ሳይሰማ እንወጣው።" አለ ተፈሪ፤ የሚሰማውን ጉድ ማመን አቅቶት እራሱን እየነቀነቀ።

"ይዘሀት ና አልከኝ! አንተ ቤት! ቀልደኛ ሆነሀል ልበል። የኔ ሚስትና የአንተ ሚስት ዛሬ ከተገናኙ አንደኛዋ ገዳይ አንደኛዋ ደግሞ ሟች ይሆናሉ። ይህን አትጠራጠር። የመምጣቱን ነገር እንኳን እርሳው።" አለ፤ ንዴት ያገነፈለው ድምፅ።

"ታዲያ ለምን ደወልክ?" ብሎ ጠየቀ፤ እሱም መበሳጨቱን ለመግለፅ ጮሆ።

"እንጃ ለምን እንደደወልኩ። ብቻ ዝም ብላ ስታለቅስብኝ የማደርገው ነገር አጣሁ። በዚያም ላይ ይሄንን ጉድ ለሌላ ለማ እንገረዋለሁ!" አለ ዘላለም፤ ከቤቱ የተፈጠረው ችግር በቀልድ እንደማይፈታ እየገመተ።

"ጉዱ ያለው አንተ ቤት አይደለም፤ ጉዱ ያለው እኔ ቤት ነው። ልቀቀኝና ሄጄ ጉዴን ልስማ። ከፈለግህ ሚስትህን ይዘሃት ና፤ ካልፈለግህም መልካሙን ያጋጥምህ።" አለና ወደሚስቱ ተመለሰ። "ከዛስ!" አላት፤ ፖዝ (Pause) ላይ አድርጎ ትቶት የሄደውን ኮምፒውተር መቀስቀስ እንደፈለገ ሁሉ።

"ከዛማ!" አለች፤ እሷም ከእንቅልፉ እንደተነሳ ኮምፒውተር ጊዜ ሳታጠፋ። "ከዛማ፣ እድሜዬ እየጨመረ ሲመጣ፣ መልኬና ቁመናዬ የእማዬን መሰለ። እማዬ በጊዜዋ ሽጉጥ ያማዘዘች ቆንጆ ነበረች ነበርች አሉ። ያየኝ ሰው ሁሉ 'ወይ ጉድ! ይቺ ልጅ ቁርጥ ወይዘሮ ይልፉሸዋን መሰለች አይደለም እንዴ!' ሲል እሰማለሁ። አንዳንዶችማ ወደሀሜታው ይተላለፉና፣ 'ደግሞ እንደናትዋ ሰው እንዳታጋድል።' ይላሉ። እውነቱን ሳይደብቅ የነገረኝ ሰው ግን አልነበረም።" አለችና እንባዋን ልትጠርግ መሀረብዋን መፈለግ ጀመረች።

ተፈሪ ከራሱ ጋር የሀሳብ ትግል ጀመረ። "እናትሽ ታሪካቸውን ካንቺ ደበቀ፣ አንቺም እንደናትሽ ሁሉ ታሪክሽን ደብቀሽ፣ ህይወቴን ግን የተደበቀ ሳይሆን ያደባባይ ውሸት አደረግሽው። እናትሽ ውሸታም፣ አንቺ ውሸታም፣ ያ አልበቃ ብሎሽ እኔንም የውሸታችሁ ባህር ውስጥ ነከርሽኝ። እውነት ነው ብዬ የኖርኩትን ትዳሬን፣ ባዶ አደረግሽው፣ እንደራሴ አውቃታለሁ የምላንት ሴት ጨርሼ እንደማላውቃት ተረዳሁ። ከዚህ ሌላ ምን ጉድ ታመጪ ይሆን!" እያለ ከህሊናው ጋር እየተሟገተ፣ ሚስቱን ጥሏት በሀሳብ ነጎደ።

በሀሳብ እርቆ የሄደው ባለቤቷን እያስተዋለችና እንባዋን ለማቆም እየታገለች ሰላም ለጥቂት ደቂቃዎች ታገሰች። ተፈሪ በሀሳብ ከሄደበት ቦታ ሲመለስ እንደ ልማዱ "ከዛስ!" አለ።

ሰላምም እንደልማዷ፣ "ከዛማ!" ብላ ጀመረች። "የሰፈሩን ሀሜታ የሰማችው እናቴ፣ እንደናቴ ልሆን ነው መባሌን ያወቀችው እማዬ፣ ወሬው ስላስፈራት፣ በውድ ዋጋ የገዛችልኝን እና ከውጭ አገር ያስመጣችልኝን ልብሶቼን በሙሉ ሰብስባ አቃጠለቻቸው። በምትኩ እኔን የሚያህሉ ሁለት ሰዎች መከተት የሚችሉ ልብሶች ታሰፋልኝ ጀመር። ከአገር የተለየ መልበሴ፣ ከሌሎች የተለየሁ መሆኔ ቀረ። ዋና ቦታ ሄጄ መዋኘት፣ ቴንስ መጫወት፣ ሲኒማ መግባት፣ ያ ሁሉ አከተመ።

ያልቀረው ከቤት ወደ ትምህርት ቤት መሄድና በሳምንት አንድ ቀን አዲስ መፅሀፍ ለመዋስ የ'Britsh counsel library'ን መጎብኘት ብቻ ነበር። መፀሀፎቼን የማነብባቸውን ጊዜ ብወደውም፣ ከትምህርት ቤት በኋላና ቅዳሜና እሁድ ከጓደኞቼ ጋር የማዘወትራቸው ቦታዎች ናፈቁኝ። ከእናቴ ጋር ያበሩ ይመስል ጓደኞቼም ሸሹኝ። ብቸኝነቱ ከቀን ወደ ቀን

ህልውናዬን በረበረው። 'እይዋት! እይዋት! መጣችላችሁ!' እንዳልተባልኩ፣ ሰዎች ትርዒን፣ አረግመዴን፣ ፀጉሬንና መልኬን እንዳላደነቁ ሁሉ፣ ጨርሶ እረሱኝ። ከሰዎች መዝገብ ውስጥ ስሜ እንደተፋቀ ሆኖ ጠፋ። ባጋጣሚ፣ ታክሲ ለመያዝ ከመንገድ ዳር ከቆምኩ፣ አምስትና ስድስት የቤት መኪና እንዳልቆመልኝ ያህል፣ ገንዘቤን የምከፍላቸው ታክሲዎች እንኳን እያለፉኝ መሄድ ጀመሩ። በመጨረሻም እኔነቴ ራሱ ለሌሎች ብቻ ሳይሆን፣ ለራሴም ጭምር ጠፋብኝ።

ተፈሪ ይህንን ሁሉ ታሪክ መስማት አልፈለገም። "ሁሉም ሰው ልጅነቱን እና ጉርምስናውን እንዳሳለፈው ሁሉ እሷም አሳልፋዋለች። ታድያ አሁን ምን እንዲፈጠር ፈልጋ ነው ይህን የማይረባ ወሬ የምትቀባጥርብኝ!" ብሎ አሰበ። እሱ ማወቅ የፈለገው የጎን ውጋት የሆነበትን ታሪክ እንጂ ይሄን አልነበርም። ከሀያ አመት በፊት ሲተዋወቃት በእርግጥ የሚያስደነግጥ ቁንጅና ነበራት። አንዳንዴ፣ በመልክም ሆነ በሀብት ከሱ የሚበልጡ ሰዎች ይነጠፉላት እንደነበር ያስታውስና፣ ለምን እሱን እንደመረጠች፣ ለምን እሱን የሙጥኝ እንዳለች ይገርመዋል። ተፈሪ፣ ሰዎች የሚስቱን ስም ሲጠሩበት እንኳን የሚናደድበት ዘመን ነበር። የምትፈርጥ እንቁላል እንጅ ተፈትና ያደገች ሴት አትመስለውም ነበር። ሲተዋወቃት የነበራትን ቁንጅና በአይነ ህሊናው ተመለከተና ፈገግ አለ፣ አዘነላትም።

ስላዘነም ነው መሰለኝ ታሪኳን ሊያስጨርሳት ፈለገና፣ "ከዛስ፣" አላት።

"ከዛማ! የእማዬ ቁጥጥር ፈር ለቀቀ። ቁጥጥሩ ልብሴና መዋያዬ ላይ ብቻ ማተኮሩ ቀረ። ከማን እንደማወራ ብቻ

ሳይሆን ምን እንደማወራና ምን እንደማነብ ሁሉ መቆጣጠር ጀመረች። ይባስ ብላ ከቁጥጥሩ ላይ ጭቅጭቅ አከለችበት። ‘ዛሬ ከእንትና ልጅ ጋር…’ ብላ የምትጀምረው ንዝንዝ ስለሰለቸኝ፣ ከቤቴ መውጣት እንኳን ጠላሁ። ብቸኝነቴ በዛ፤ ከሰፈር ሰው ጋር የእግዜር ሰላምታ መለዋወጥ እንኳን ፈራሁ። ለችግር የተፈጠርኩ ነኝና፣ ችግሬ የቤቴን በር እያንኳኳ ይመጣብኛል።” አለችና፣ ስቅስቅ ብላ አለቀሰች።

“እንዴት?” አለ ተፈሪ፣ “ደግሞ ምን ጉድ ሊመጣ ይሆን!” ብሎ በመፍራት።

“የእማዬ የልብ ጓደኛ፣ የኔ የክርስትና እናት ልጅ አዲስ አበባ ዩኒቨርስቲ ሊገባ ከአዋሳ ወደ አዲስ አበባ መጣ። እማዬ ለናቱ ካላት ፍቅር የተነሳ ቤተሰቡና የቤት ምግብ እንዳይናፍቀው ብላ፣ ቅዳሜና እሁድ እየመጣ እኛ ቤት እንዲያድር ጋበዘችው። እግረመንገዱንም እኔን እንዲያስጠናኝ ጠይቃ እሺ አሰኘችው።

ነብዩ ቅዳሜና እሁድ ውሎና አዳሩ እኛው ቤት ሆነ። መጀመሪያ ‘የማነው ባላገር!’ ብዬ ተጠይፌው ነበር። እራት ሊበላ አጠገቤ ሲቀመጥ ይቀፈኛል። አበላሉ፣ አነጋገሩ፣ በተለይ ከናቴ ጋር ያለው ጓደኝነት ያናደደኛል። እናቴ ከኔ ጋር መነጋገር አትወድም። ስታየኝ ከመሬት ተነስታ ትቆጣለች። እዚህ ግባ ከማይባል ባላገር ጋር ስታወራ ብትውል ግን አይሰለቻትም። ቅናት ይሁን ሌላ አላውቅም፤ ብቻ ነብዩን ጥምድ አድርጌ ያዝኩት። እንዳይበርደው ብላ በውድ ዋጋ የቆዳ ጃኬት የገዛችለት ቀን ንዴቴ ወደ ቅናት፣ ቅናቴ ደግሞ ወደ በቀል ተለወጠ። ነብዩን እና እናቴን እንዴት እንደምጎዳቸው ማሰብ ጀመርኩ።

“ከዛስ!” አለ ተፈሪ፤ ወሬው ተንዛዛበት መሰለኝ፣ “ከዛስ!” ወየማለጡ የሬዝ ጥያቄ ተመልሶ። ለሀያ አሥት አብሯት ቢኖርም፣ እንግዳ ፍጡር እንጂ፣ ሚስቱ መስላ አልታይህ አለችው። ብቻ ወሬዋን ሊያስጨርሳት እንዴ ስለወሰነ፣ በዝምታ ማዳመጥ ጀመረ።

“ከዛማ! ስራዬ ብዬ ነብዩን ማጥመድ ጀመርኩ። ‘እንደናቷ ማጥመድ ነው ስራዋ’ ብለው ጎረቤቶች ሲያሙኝ ሰምቼ ነበር። መታማቴ ካልቀረ፣ ሀሜቱን እውን ላደርገው ቆርጬ ተነሳሁ። ነብዩ ግን የሚረታ ሆኖ አልተገኘም። ሁሉንም ነገር አይቶ እንዳላየ የመሆን ችሎታ ነበረው። እያደር ግን፣ ህይወቱን የሚኖረው ተገዶ እንጂ እንደሚፈልገው እንዳልሆነ ተረዳሁና፣ ነብዩን ተወት አደረኩት። የሚገርመው ነገር፣ እሱን ለማጥፋት የማደርገውን ጥረት ሳቆም ነብዩ ወደኔ መጠጋት ጀመረ።

የያዝኩትን መፅሀፍ ያይና ‘ምንድን ነው የምታነቢው?’ ይለኛል። ያነበበው መፅሀፍ ከሆነ ስለታሪኩ እናወራለን። ካላነበበው፣ ‘አንብቢውና ጥሩ ከሆነ ንገሪኝ።’ ይለኛል። አንዳንድ ቀን መፅሀፍ ልናመጣ አብረን እንሄዳለን፤ ባቅላባ ይገዛልኛል፤ አልፎ አልፎም ሲኒማ ይጋብዘኛል። የሚገርመው ከሱ ጋር ስውል እናቴ ብዙም አትጨቀጭቀኝም። ነብዩ ከቤት ሾልኬ የምወጣበት ቀዳዳዬ ብቻ ሳይሆን ያላሰብኩት ጓደኛዬም ሆነ። በኔና በናቴ መሀከል የከረረ ጠብ ከተነሳም ሊያስታርቀን የሚችለው ነብዩ ብቻ ነበር።” መጥፎውና ጥሩው ጊዜ ተቀላቅሎ ስለታወሳት ነው መሰለኝ፣ አይኗን ከባዶ ግርግዳ ላይ ሰክታ ዝም አለች።

“በየቤቱ ስንት ጉድ አለ!” ብሎ አሰበ፣ ተፈሪ። ማዘኑን ለሚስቱ ሊነግራት አልፈለገም እንጂ፣ ያለፈችበት የስቃይ ኑሮ

ትንሽም ቢሆን አሳዝኖታል። ብቻ ልቡ ከድንጋይ እንደተሰራ ሁሉ "እሺ ከዛስ" አላት።

"ከዛማ! አንድ ቀን፣ የነብዩ የትምህርት ቤት ጓደኛ ፓርቲ ይሰጥ ነበርና፣ እናቴን ካስፈቀድኩ ይዞኝ እንደሚሄድ ነገረኝ። ፓርቲ መሄዱን ያን ያህል ባልፈልገውም፣ ከቤት መውጣቱ ግን አጓጓኝ።

ቅዳሜ ለት በጥዋት ተነስቼ ተዘጋጀሁና ነብዩ ሲመጣ የድሮዋ እኔ ሆኜ ጠበቅሁት። ፈገግ ብሎ፣ 'እህቴ ባትሆኝ ኖሮ ዛሬ...' አለኝ። ተሳስቀን ወደ ፓርቲው ሄድን። ነብዩ ለጓደኞቹ እህቴ ናት እያለ አስተዋወቀኝ። አንዳንዶቹ 'አንተ ነህ የሷ ወንድም! ደህ በህልሙ ቅቤ ባይጠጣ...' ብለው ተሳለቁበት። ከተሰበሰቡት ጓደኞቹ መካከል አንዱ፣ ዘላለም፣ ነብዩን ወደ ጎን ወስዶ፣ 'እህትሽ እንኳን አይደለችም፤ ግን ከሷ ጋር ሌላ ጉዳይ ከሌለሽ ንገሪኝ።' ሲለው፤ ጆሮዬ ጥልቅ አለ። ነብዩም 'እንዴ! እህቴ ናት እያልኩህ! ለምንድን ነው የማታምነኝ።' አለው።

ዘላለም ተመልሶ ሲመጣ ሌላውን ሰው ሁሉ አልፎ ያለማወላወል ወደኔ አመራ። አብረን አመሸን፣ ሳቅን፣ ተጫወትን። መሸቶ እስኪነጋ፣ 'መጨረሻሽን ያየ!' መባል የሰለቸው ጆሮዬ፣ ያ ድሮ የለመደውን አድናቆትና ውዳሴ ሲኮመኩመው አደረ። ዘላለም፣ መሬት እዳይቆረቁርሽ ልነጠፍልሽ ሲለኝ አመሸና፣ እንዳይቆረቁረው ነው መሰለኝ፣ እኔኑ እንደቁርበት አንጥፎ እሱ ከላይ ተኛ።"

ወሬዋን ስላላቋረጠች፣ "ከዛስ" ማለቱ አስፈላጊ አልነበረም። ተፈሪ ግን፣ ምንነቱን ያላወቀው ንዴት ውስጡን ስላቃጠለው፣ ሳያስበው "ከዛስ!" አለ።

“ከዛማ!” አለች እሷም ሳታስበው። “ከዛማ! ሁሉም ነገር ተለወጠ። ከጥቂት ቀናት በኋላ ጠዋት ጠዋት መታመም ጀመርኩ። እማዬ ነገሩ ወዲያው ገባትና አበደች። መግደል ወንጀል ባይሆን ትገድለኝ ነበር። ግን፣ በአካል አልገደለችኝም እንጂ፣ ህልውናዬን ገድላዋለች። እናቴ፣ ሆዴ መታየት ከመጀመሩ በፊት ወደ ነብዩ እናት ቤት እንደምትልከኝ ነገረችኝ። ከማፈሯ የተነሳ፣ ልታየኝ ተጠይፋ ነበር፣ ብቻ ‘እቺ ሰው አትሆንም፣ ሰው ብትሆን ከምላሴ ፀጉር ይነቀል።’ ስትል ሰምቻት፣ እናቴን እስከመጨረሻው ጠላኋት።

አባቴ ግን ለብቻዬ ጠርቶ አነጋገረኝ። የሰራሁት ስህተት ቀላል እንዳልነበረና እድሜ ልኬን ሲከተለኝ እንደሚኖር ሊያስረዳኝ ሞከረ። ይህንን ስህተት የሰራሁትም እኔ ብቻ እዳልሆንኩ ነግሮ ሊያፅናናኝ ሞከረ። በመጨረሻም፣ ‘አይዞሽ ስትመለሽ እዚህ አንዲት ቀን እንኳን አታድሪም፣ ወደ ውጭ አገር እልክሻለሁ። እዚያ ሄደሽ አዲስ ኑሮ ትጀምሪያለሽ።’ አለኝና በዚሁ ተስማምተን ተለያየን።

ቀን እንዳያልፍ የለም አለፈ። ምስጋናም ተወለደች። እኔም በወለድኩ በስድስተኛው ሳምንት የእናትነትን ፍቅር ሳላውቀው፣ ልጄን አቅፌ ሳልጠግባት፣ ጡቴን ገልጬ ሳላጠባት ወደ አሜሪካ ተሰደድኩ። አዲስ አገር፣ አዲስ ኑሮ፣ አዲስ የውሸት ህይወት ጀመርኩ።

“ከዛስ!” አለ ተፈሪ፣ መጨረሻውን ለመስማት እየጓጓ። ንዴቱን እርግፍ አርጎ ትቶታል። መተው ብቻ አይደለም ተናዶ እንደነበረ እንኳን የረሳው ይመስላል።

“ከዛማ! እማዬ አየር ማረፊያ ልትሸኝኝ መጥታ ስትሰናበተኝ፣ ‘ሰላምዬ ሀሳብ አይግባሽ፣ ምስጋናን አንቺን እንዳሳደግሁሽ አሳምሬ አሳድጋታለሁ፣ ምንም አይጐልባት።’

አለችኝ። ‘ልጅ ወድቆ አይገኝ ወይ አይበቅል፤ የማን ልጅ ናት ብለሽ ነው የምታሳድጊያት?’ ብዬ ጠየቅሁ፤ እማዬ ማሸነፍዋ አሁንም እያናደደኝ። እሷ ምን ተጎዳች፣ የማትወዳትን ልጅ አባራ፣ በፋንታዋ የልጅ ልጇን ልታሳድግ ማሰቧ ገባኝና ተቃጠልኩ። ‘ነብዩ፤ አንዷን ጦልጧላ ከዩኒቨርስቲ አስረግዞ ልጅ አመጣልኝ። ብዬ አወራለሁ፤ ማንም ምንም አይጠርጥር። ግን ነግሬሻለሁ እንኳን ቆሜ ከሞትኩ በኋላ ይሄንን ሚስጥር ለሌላ ሰው ብትነግሪ፣ አጥንቴ እሾህ ሆኖ ይውጋሽ።’ ብላ ረገመችኝ። እኔም እርግማኔን ተሸክሜ አውሮፕላን ላይ ወጣሁ።

አጋጣሚው ፈቅዶልኝ ወደ ኢትዮጵያ በተመለስኩ ቁጥር፣ ለምስጋና ሻንጣ ሙሉ ልብስ ገዝቼላት እሄድ ነበር። እማዬ፣ ‘የነብዩ ልጅ ነሽ’ ብላ ለምስጋና አልነገረቻትም። ምስጋና የእኔን እናትና አባት እንደኔው እማዬና እና አባዬ ብላ ነው የምትጠራቸው። የእኔም ደረጃ ከታላቅ እህትነት አለማለፉ በሽታ ሆነብኝ። ‘እማዬ’ በማለት ፋንታ ‘እህቴ ሰላም’ ብላ ስትጠራኝ ወሽመጤ ተቆረጠ። አንድ ቀን ልጄን ከጎኔ እንደማደርግ ለራሴ ቃል ገባሁና፣ ወደ ኢትዮጵያ መመላለሴን አቆምኩ። ከልጄ ተለይቼ፣ ድምፄን አጥፍቼ፣ የርቀት ህይወቴን በርቀት መግፋት ጀመርኩ። የውሸት ኑሮ ኖሬ የእውነት ሞቴን መጠባበቅ ጀመርኩ።

ብዙወች ሊቀርቡኝ ቢፈልጉም፣ የኔ ገላ ግን፣ ሌሎችን መቅረብ አቃተው። ያቺ፣ አንድ ቀን ያስከተለችውን መዘዝ መርሳት ተሳነኝ። አንተን ማግኘቴ ግን ህይወቴን ለወጠው። ፍቅርን አስተማርከኝ፤ እንደሌሎች በአፍአዊ ሳይሆን ህይወቴን በውስጣዊ ውበት ሞላኸው። ከነስህተቴ ከነጉድለቴ ተቀበልከኝ። ስለዚህ የሆነውን ነገር ብነግርህ የውስጤን

ግድፈት አይተህ እንዳትሸሸኝ ስለፈራሁ ዝምታን መረጥኩ። ብዙ ጊዜ ልነግርህ አስብና፣ አጣህ እየመሰለኝ እ/ወጥለሁ። ፍርሀቴ እያስጨነቀኝ እንጂ ካንተ ለመደበቅ ብዬ ያደረግሁት አይደለም።" አለች።

"ከዛስ!" አለ ተፈሪ፣ እንደበፊቱ ተገዶ ሳይሆን፣ የዚህን ታሪክ መጨረሻ ለማወቅ እጅግ ጓጉቶ።

"ከዛማ! አባዬም ሞተ፣ እናቴም ጉልበቱዋ እየደከመ መጣ። ምስጋናም ጎርምሳ መታየት ስትጀምር እማዬ እኔን ያጋጠመኝ መጥፎ እድል እሷንም ያጋጥማታል ብላ ስለፈራች፣ እህትሽ ወረቀት ላከችልሽ ተብላ አሜሪካን አገር መጣች። አብረን እየኖርን፣ እንዳልነግራት የማዬን እርግማን ፈራሁ፣ እንደ እናት ሁሉ ልጄን አቅፌ መሳም እፈልጋለሁና፣ ዝም ማለቱም ከበደኝ። ብቻ፣ ፍላጎቴን አምቄ 'አንድ ቀን' እያልኩ ከመቀመጥ በስተቀር ሌላ ምርጫ አልነበረኝም።

በዚህ መሀከል እማዬ ታማ ስለደከመች፣ የድረሺ ጥሪ ተላከልኝና ተነስቼ ወደ ሀገር ቤት በረርኩ። የመሞቻዋ ቀን መቃረቡን ተገንዝባ ነው መሰለኝ እናቴ በኑዛዜ ውስጤን መረዘችው። ሳልሰማው ቢቀር ይሻል የነበረውን እውነት ነገረችኝና በህይወቷ ብቻ ሳይሆን በሞቷም እንዳዝንባት አረገችኝ።

"ምን ብለው?" አለ ተፈሪ። ይሄንን ሁሉ ተሸክማ መኖሯ ከልቡ አሳዘነው።

"እማዬ፣ 'ባንቺ እድሜ እያለሁ፣ አገር ያወራልኝ ቆንጆ ነበርኩ።' ብላ ጀመረች። 'መኳንንቱ፣ ሚኒስተሩ፣ ሁሉም ይመኘኝ ነበር። ልጅዎን ለልጄ፣ እያለ አማላጅ የሚልከው ሰው ስፍር ቁጥር አልነበረውም። እንዲያውም ሁለት የመኳንንት ልጆች፣ እኔ ነኝ ቀድሜ ያየኋት፣ የለም እኔ ነኝ

የማገባት፣ ተባብለው ሽጉጥ ተማዘዋል። ታዲያ ምን ያረጋል እኔ አንድ ተረ ተማረ ወድቼ አረገዝኩ።' አለች። ጆሮዬ የሰማውን ማመን አቃተው። 'የኔ እናት ትሳሳታለች? የኔ እናት ታጠፋለች?' እያልኩ፣ ጥያቄዎቼን በአእምሮዬ አብላልቼ ሳልጨርስ እናቴ ታሪኳን ቀጠለች።

'ከዚያ በኋላ ለማማረጥ ጊዜውም ሆነ ኩራቱ አልነበረኝምና አባትሽን ሳላንገራግር አገባሁ፣ አንቺም ተወለድሽ።' አለችኝ።

ሰውነቴ በድን ሆነ፣ ለጥቂት ደቂቃዎች ማሰብም ተስኖኝ ነበር። ከድንጋጤዬ ስመለስ፣ 'እማዬ ምን ማለትሽ ነው?' ብዬ ጠየቅኋት። የእናቴ በደል፣ በስህተት የወለችኝ ልጇ መሆኔን መንገሯ ብቻ ሳይሆን፣ አባዬም እውነተኛ አባቴ አለመሆኑን ማወቁ ነው።

'አዎ!' ብላ ጀመረች። 'አዎ! አለባቸው የኔ ባል እንጂ ያንቺ አባት አይደለም።' አለችኝ። 'ከማንም ሰው በላይ የምወደው አባዬን፣ የሚያዝንልኝ፣ የሚያስብልኝ፣ የሚጠቃልኝ አባቴን፣ እንዴት አባትሽ አይደለም ትለኛለች፣ ለምንስ አሁን ትነግረኛለች!' ብዬ አሰበኩና፣ የሰማሁት ሆዴን ስላሳመመኝ ኩርምት በዬ ተቀመጥኩ።

መቼም፣ እናቴ የምትነግረኝ ቢጎዳኝም፣ መጠየቅ የነበረበት ጥያቄ ነውና፣ 'ታዲያ አለባቸው አባቴ ካልሆነ አባቴ ማነው?' ብዬ ጠየቅሁ።

እማዬ ምንም ሳታቅማማ፣ 'አባትሽ ሲሳይ ነው አለችኝ።'

'ምን!' አልኩ፣ 'ሲሳይ ሊሆን አይችልም። ሲሳይ እኮ የነብዩ አባት ነው፣ ፈፅሞ የኔ አባት ሊሆን አይችልም።' ብዬ፣ ታሪኩ እንደማይዋጥልኝ ከተናገርኩ በኋላ፣ ሀሳቤ የነበርኩበትን ጊዜ ትቶ ወደኋላ ተመለሰ፣ ነብዩ እያስከተለኝ በየኬክ ቤቱ ወደሚዞርበት ዘመን። 'ላገኘው ሰው ሁሉ እህቴ እያለ

ያስተዋውቀኝ የነበረው፣ ነብዩ እህቱ እንደሆንኩ በእርግጥ ያውቅ ነበር ማለት ነው?” ሌላ ሚስጥር፣ ሌላ ጥያቄ።

ያን የተረገመ ቀን በማሰብ ነው መሰለኝ እማዬ ትክዝ ብላ፣ ‘ሲሳይ፣ እኔ ሌላ ሰው እንዳገባሁ ሲያውቅ ሊያናድደኝ ፈልጎ ጓደኛዬን አገባ። ግን፣ እሷም፣ ልጁም ነብዩም፣ አንቺ የሲሳይ ልጅ እንደሆንሽ አያቁም።’ አለችኝ። ቀጠለችና፣ ‘አባትሽ ጥሩ ሰው ቢሆንም ወድጄው አላገባሁትም ነበርና፣ ደስተኛ ህይወት አልነበረኝም።

በርግጥ እሱን ማግባቴ ህይወቴን ምቹና የተስተካከለ ቢያደርገውም፣ በውሰጤ የተሸከምኩት ሚስጥር እያብሰለሰለ ይሄው እድሜዬን አሳጠረው።’ ብላ ሚስጥሯን ሁሉ ተናዘዘችልኝ። ምናልባት፣ የሷን እድሜ ያሳጠረ ሚስጥር የኔንም እንዲያሳጥር አስባ ይሆናል። ለማንኛውም እናቴ ናትና ላዝንላት ሞከርኩ፣ ግን እድሜዬን ሙሉ በሀዘን ስላሳለፍኩት፣ ሀዘን ራሱ አለቀብኝ። ስትሞት ማየት ስላልፈለግሁ፣ ትቻት ወደ አሜሪካ መጣሁ።

እማዬ ተሻላት። እኔም ወደጥላቻዬ ተመለስኩ። ልነግርህ እየፈለግሁ፣ ስፈራና ከራሴ ጋር ስታገል ብዙ ቀናት አለፉ። ጥላቻ እና ልሸከመው ያልቻልኩት ሚስጥር ሲያናድደኝ፣ ሲያሳስበኝና አንዳንዴም እንደ በረዶ ሲያቀዘቅዘኝ እዚህ ደረሰን። እንግዴህ ታሪኩ ይሄው ነው።” ብላ ሚስጥሯን ሁሉ አፈሰሰችለት።

ያላሰበው ሀዘን ውስጡን እያመሰው፣ “ታዲያ፣ ከዚህ ሁሉ አመት በኋላ ትናንትና ልትነግሪኝ የፈለግሽበት ምክንያት ምንድን ነው?” ብሎ ጠየቀ፣ ተፈሪ።

“እሱማ” አለችው፣ ሰላም። “እማዬ ትናንት መሞቷን ሰማሁ።” የእናቷን ሞት ከቁም ነገር አልቆጠረችውም። ስር

የሰደደ ጥላቻ የሰውን ልብ ምን ያህል እንደሚያደነድነው ለማሳየት፣ ከዚህ የተሻለ ምሳሌ ማግኘቱ ቀላል አይደለም። ለማንኛውም፣ ሰላም ወሬዋን ቀጠለች። "የእናቴ ሞት፣ ለኔ የነፃነቴ ቀን ነበር። ስለዚህ ልጄንም ነፃ ያውጣኳት መስሎኝ ታሪኩን በሙሉ ነገርኳት። የነገርኳት በሙሉ እውነት ቢሆንም፣ ለሷ ውሸት ሆኖ ታያት። ሰላም የምትባል እናት አታውቅም፤ እናቷ ይልፋሸዋ በላቸው ብቻ ነበረች። ስለነገርኩዋት እኔ እናቴን የጠላኋትን ያህል ጠላችኝ። የብጥብጡ ሁሉ መነሾ ይሄው ነው።" አለች፤ መግቻ ያጣችለትን እንባ እዬጠረገች።

ተፈሪ፣ ከአንድ ሰአት በፊት አይንዋን ማየት ቀፎት የነበረችውን ሚስቱን ሄዶ አቀፋት፤ ስታለቅስም አብሮዋት አለቀሰ። ከአንድ ሰአት በፊት የት እንደሚሄድ እንኳን ሳያውቅ፣ በየትኛው ሻንጣ እቃውን ይዞ ከዚህ ቤት እንደሚወጣ ያስብ የነበረው ሰው፣ አንጀቱ ተንዘፈዘፈ። "ለካስ ሰው የተሸከመውን ሸክም፣ ሰው ያለበትን እዳ፣ ሰውዬውን እራሱን ካልሆኑ በቀር ከውጭ ሆኖ ማወቅ አይቻልም።" ብሎ አሰበ።

ከሀያ አመት በፊት ሲተዋወቃት እንደ ፀሀይ ታበራ የነበረችው ሚስቱ፣ ፊትዋን ማድያት ወሮታል። ቢነኩት የሚሰረጎድ ይመስል የነበረው ጉንጭዋ የጠወለገ ቅጠል ይመስል ተሸብሽቧል። በየቀኑ እየሟሸሸ የሚሄደው ሰውነቷም በሽተኛ አስመስሏታል።

"ይሄን ሁሉ በሽታ በውስጧ ተሸክማ፣ መክሳትና መጥቆር ሲያንሳት ነው!" ብሎ አሰበ፤ ተፈሪ። በትዳራቸው ዘመን፣ መልስ ያጣላቸው ችግሮች ሁሉ ዛሬ መልሳቸው ግልፅ ብሎ ታየው። ተፈሪ፣ ሚስቱ ለምን መሀን እንደሆነች ማወቅ

አልቻለም ነበር። ባደረጉት ምርመራ ሁለቱም ጤነኞች መሆናቸውን ሀኪሞቹ አረጋግጠውላቸዋል። ለካስ፣ እውስጥዋ የተቀመጠው መርዝ እየቦረቦራት ወይም ወልዶ የማጣት ፍራቻ ወጥሮ ይዟት ኖሯል። ገና ዛሬ ነው አይኑ የተከፈተለት፤ ዛሬ ገና ነው ሚስጥሩ የተገለፀለት።

ከሁሉም በላይ ግን ለናትዋ ያላት ጥላቻ ያስጨንቀው ነበር። ዛሬ ያም ለምን እንደሆነ አወቀ። "ሰው እንዴት እናቱን ይጠላል! እምየን!!" ይል የነበረው ሰው፣ "እንዲህ አይነት እናት መኖሩን አላውቅም ነበር እኮ!።" ወደ ማለቱ ተሸጋገረ። የሰላም ጠባይ ለምን እንደሚለዋወጥ አያውቅም ነበር። አንድ ቀን መልአክ በሚቀጥለው ቀን ሰይጣን የሚያደርጋትን ባህሪ ለመረዳት የሚያደረገውን ሙከራ ሁሉ ተስፋ ቆርጦ ትቶታል። ያለምክንያት ስታልቅስ የሚያገኛት ቀኖች ብዙ ነበሩ። ዛሬ ደግሞ ተነስቶባታል ብሎ ከማለፍ በስተቀር ሌላ ምርጫ አልነበረውም። ዛሬ ግን፣ እነዚህ ሁሉ እንቆቅልሾች መልስ አገኙ።

ተፈሪ ሚስቱን እቅፍ አድርጎ ቆሞ በሀሳቡ ሲብከነከን ብዙ ጊዜ አለፈ። ሰላም እባቧ እቅፍ ውስጥ ሆና ያለማቋረጥ አለቀሰች። እሱም ይውጣላት ብሎ በትእግስት ጠበቃት። ታምቆ የኖረ እንባ በነፃነት ወርዶ ማለቅ እንዳለበት ስለተረዳ፣ "አልቅሽው፤ ይውጣልሽ፤ ሰላሳ እንባ ያላት ሴት ግማሹ ላይ ካቆመች ጤነኛ አትሆንም፤ አልቅሺ፤ ያበጠውን አፈንጂው! የታፈነውን ሁሉ አውጭው!" አላት።

አምቃ ያኖረችውን ሚስጥሮቿን ሁሉ አፈሰሰችለት። እርሱም በዝምታ አዳመጣት።

እንባ ከስህተት አያርም

እንባ ጥፋትን አያክም

ማን አለው ድንቅ ወበኑ

ቁጭትን የሚያጥብበት

"ያለችው፣ ገጣሚዋ ወዳ አይደለም ለካ!" አለች፤ ከእንባዋ ስር ፈገግ እንደማለት ብላ።

"አይደል!" አለ፤ ተፈሪ ደግሞ፣ ትንሽ የደስታ ፍንጭ ስላሳየችው፣ እርሱም እንደሷው ሁሉ ፈገግ ብሎ።

"ሁሉን ነገር አፍነሽ እራስሽን ጎዳሽ። ውዴ፣ 'ለምን አልነገርሽኝም' የሚለውን ወቀሳ ላነሳብሽ ፈልጌ ሳይሆን፣ አስቀድመሽ ሚስጥርሽን ብታካፍይኝ ኖሮ ሸክምሽ ይቀል ነበር። ሳገባሽ፣ ያንቺ የሆነውን ሁሉ የኔ ላደርግ ቃል ስገባ፣ ክፋውንም ደጉንም ጭምር ልካፈልሽ ነበር እኮ! ምናል ያን ባትረሽ! ሌላ ማድረግ ቢያቅተኝ፣ 'አይዞሽ' እያልኩ ማፅናናት አይሳነኝም ነበር።" አለ ተፈሪ፤ አይኑ እንደሷው ሁሉ እንባ ቋጥሮ።

"ምን ላድርግ ተፈሪዬ! መልካም ነገር ሁሉ እኔጋ አይበረክትም፤ ክፋው ደግሞ፣ የማይድን ጠባሳ ትቶልኝ ነው የሚሄደው። ስለዚህ፣ ሌላ ጠባሳ መሸከም የምችል አልመሰለኝም፤ ለዚያ ነው ያልነገርኩህ።" አለችው።

"አይዞሽ" አላት፤ ተፈሪ የሚስቱን ፀጉር እየደባበሰ። አይዞሽ ያልፋል። ይሄኛው ጠባሳ አይተውብንም፤ ተጋግዘን ተደጋግፈን እናልፈዋለን። ከጎንሽ እንዳለሁ አትርሺ፤ ይሄ ያንቺ ብቻ ሳይሆን የኔም ሸክም ነውና አይዞሽ!" አላት።

እቅፍ አርጋ ሳመችው። "አለማወቄ ነው እንጅ፣ እማዬ እዳዋን መቼ ለብቻዋ ተሸከመች! አባቴ ሁሉንም እንደሚያውቅ እናቴ እራሷ ነግራኛለች። እሱም ሊነግረኝ

ሞክሮ ነበር፣ ሊገባኝ አልቻለም እንጂ።

"ሰልየ!" አለ።

"ወዬ!" አለች፤ ከሁለት ሰአት በፊት እቤታቸው ውስጥ የነበረውን ትርምስና ጥላቻ አስባ። 'እንዴት አሳንሰሽ ብትታይኝ ነው ይሄን ከኔ የደበቅሽው?' ብሎ የጠየቃትን መልሳ ላለማሰብ ከልቦናው ጋር ስትታገል ቆየችና፤ 'ሰልዬ' የሚለው ድምፅ በመጥፎ ሀሳቦች ከተሞላው አልም ውስጥ ጎትቶ አወጣት። በደህናው ጊዜ እንደሚጠራት ሁሉ 'ሰልዬ' ስላላት፣ በደስታ ተውጣ አይን አይኑን ታየው ጀመር።

"አንድ ነገር ብቻ ልለምንሽ።" አላት።

"የፈለግሽውን!" አለች ያለ ምንም ማወላወል።

"ሁላችንም ቁስላችንን ማድረቅ፣ ህመማችንን ማከም እንዳለብን ታውቂያለሽ። አንቺም፤ እኔም፤ ምስጋናም፤ ባለቤትዋም፣ በዚህ የሚስጥር ድር የተተበተቡ፣ ኢትዮጵያ ያሉ ዘመድ ወዳጆቻችንን ጨምሮ በሽታችንን ማስታመም ይኖርብናል። እንዳንቺ የተጎዳ ባይኖርም፣ ሁላችንም ተጎድተናል። ግን፣ ሌላውን ለመርዳት መጀመሪያ እራስን ማዳን አስፈላጊ ነውና፣ የመዳኑ ሂደት ካንቺ መጀመር ይኖርበታል።" አለ ተፈሪ።

"ተፈሪዬ እኔማ ይሄው ዳንኩ። ለዘመናት በውስጤ ተቀብሮ ሲያቃጥለኝ የኖረውን ሁሉ ተነፈስኩት፤ ወይ መተንፈስ! አፈረጥኩት ልበልህ እንጅ። ለዘመናት አርግዤው የኖርኩት ጉድ አሁን ተወለደ፤ በቃ ተገላገልኩት፤ ከዚህ ወዲያ መዳን ምን አለ።" አለች።

"ይቅር ማለት!" ብሎ መለሰላት።

"ማንን ነው ይቅር የምለው? ይቅር ልበላቸው ብልም

ሁለቱ ወንጀለኞች የሉም ሞተዋል። ማንን ነው ይቅር የምለው?'' አለች። የልጅዋን አባት እና እናትዋን ወንጀለኛ አድርጋ።

ተፈሪ በርህራሄ አይን ባለቤቱን እየተመለከተ፣ "መጀመሪያ እራስሽን ይቅር በይ። መጀመሪያ ከራስሽ ጋር ታረቂ። ከዛ ቢኖሩም፣ ቢሞቱም፣ በድለውኛል የምትያቸውን ሰወች በሙሉ ይቅርታ አርጊላቸው። የበደልሻቸውን ሰዎች ደግሞ ይቅርታ ጠይቂ። እመኚኝ፣ ከእግረሙቅሽ የምትገላገይው ያኔ ብቻ ነው።" አላት።

"ተፈሪዬ፣ በይቅርታ የሚፈታ በደል ቢሆን ኖሮ ጥሩ ነበር።" አለች፤ እናትዋን ይቅር የማለቱ ሀሳብ ሰውነቷን እየዘገነናት። "ያደረገችኝን ሁሉ ነግሬህ የለም እንዴ! ምኑን ነው ይቅር የምላት። የቱን አንስቼ የቱን ነው የምተወው። ልርሳውስ ብል ውስጤ ያለው በሽታ ያስረሳኛል ብለህ ነው።" አለችና እንደገና ማልቀስ ዳዳት።

"ምንም ነገር ውስጥሽ አታስቀሪ። አደረገችኝ ብለሽ የምታስቢውን ሁሉ ዘርዝረሽ፣ እያንዳንዱን ጥፋቷን ይቅር በያት። ይቅርታ ለሌሎች የሚበረከት መና አይደለም፤ ለራስ የሚሰጥ ስጦታ እንጂ። ስለዚህ ይቅርታ የሚደርግለት ሰው በህይወት ይኑር ወይም አይኑር ለውጥ አያመጣም። ከኔ ጋር አውርተሽ፣ ወይም ንስሀ ተቀብልሽ፣ ያም ካልሆነ የስነ ልቦና ባለሙያ አነጋግረሽ፣ ይህን የጥላቻ መርዝ ከነሰንኮፉ አውጥተሽ መጣል አለብሽ።" አላት።

"ተፈሪዬ፣ እንዴት ከባድ ነገር እየጠየቅሽኝ እንደሆነ ታውቃለህ? ማድረግ የምችለው ነገር አይመስለኝም።" አለችው። ትንሽ ቅር ብሎዋት "የውስጤን ዘክዝኬ

አውርቼለት፣ ከኔ ጎን ይቆማል ብዬ ሳሰብ፣ 'ይቅር በያት' ይለኛል እንዴ!" ብላ አሰበችና፣ ባለዋን በትፊታ መልክ ነክ ብላ አየችው።

"እንግዲያው እኔም ይቅር ልልሽ አልችልም። አንቺ በህይወት የሌለ ሰው ይቅር ማለት ካቃተሽ፣ እኔም አንቺን ይቅር ማለት ይከብደኛል።

እኔን ተይኝ፣ እንዳንቺው ስጋ የለበስኩ ፍጡር ነኝና ልትረችኝ ትችያለሽ። ጠዋትና ማታ፣ 'በደሌን ይቅር በለኝ፣ እኔም የበደሉኝን ይቅር እንደምል።" እያልሽ የምትፀልይለት የሰማይ አባትሽ፣ 'የታለ ይቅር ያልሽው?' ቢልሽ፣ ምን ትመልሽለት ይሆን? ልጅሽ 'ይቅር አልልሽም፤ ጨርሶ አትጠጊኝ።' ብትልሽሳ ምን ታደርጊያለሽ? የምትፈልጊው ፈውስን ማግኘት ከሆነ፣ መድሀኒቱ ይቅርታ ብቻ ነው።" አለ፤ ተፈሪ ቆጣ ብሎ።

"እንዴት አርጌ?" አለች፤ በተሸነፈ ድምፅ።

"ግድየለሽም፤ ያንን ተራራ አብረን እንወጣዋለን። ግን፣ ይቅር ለማለት ፈቃደኛ ሁኚ። እራስሽንና የበደሉሽን ይቅር ካልሽ፣ የበደልሻቸውን ይቅርታ የመጠየቁ እዳ ገብስ ይሆንልሻል።" አላት።

"እኔ እኮ ካንተ ሌላ ማንንም አልበደልኩም።" አለች፤ እርግጠኛ ሆና።

"ምስጋናስ?" አለ። "ለምስጋና መልካም ያሰብሽላት መስሎሽ ይሆናል። አንቺ አባዬ እያልሽ የምታቆላምጪቸው ሰው አባትሽ አይደሉም የተባልሽ ለታ የተሰማሽን የክህደት ስሜት፣ ምስጋናም ይልፋሽዋ እናትሽ አይደለችም ስትባል፣ ተመሳሳይ ስሜት ሰውነቷን እንደጦር ወግቷታል። አላጠፈሁም

ብለሽ ህሊናሽን አትደልይ። እንደነገርኩሽ፣ ልብሽ ለይቅርታ ሲዘጋጀ በቻ ነው መንፈስሽ እረፍት የሚያገኘው።" አለና፣ እጆችዋን ጐትቶ አስቀመጣት።

ባለቤቷ የተናገረው ብዙ ባያስደስታትም፣ ከሱ ጋር መከራከርና መጋጨት መልካም መስሎ ስላልታያት ደከመኝ ብላ ወደ መኝታ ቤት ገባችና ከአልጋዋ ላይ ጋደም አለች። ለወትሮው፣ እንኳንስ በቀን በሌሊት መተኛት ያስቸግራት ነበር። ዛሬ ግን ጥሩ እንቅልፍ ወሰዳት። ሰላም ሀሳብ ጥሏት እንደሸሸ ሁሉ ያለማቋረጥ ለሁለት ቀን ተኛች።

ከእንቅልፏ ስትነሳ፣ ተፈሪ፣ "ይቅርታ ለራሳችን የምንሰጠው ትልቅ ስጦታ ነው።" ያለውን አስታወሰችና "እውነትም፣ ሁላችንም የይቅርታ ስጦታ ያስፈልገናል።" ብላ ፈገግ አለች።

77236577R00107

Made in the USA
Columbia, SC
25 September 2017